VÒNG XOÁY CUỘC ĐỜI

TUYỂN TẬP VĂN

THÍCH NHUẬN HÙNG

THƯ VIỆN HOA SEN
NHÀ XUẤT BẢN ANANDA VIET FOUNDATION

THÍCH NHUẬN HÙNG

MỤC LỤC

LỜI GIỚI THIỆU

VÒNG XOÁY CUỘC ĐỜI:
NGÔI CHÙA TRÊN GIẤY

Nguyên Giác

Tác phẩm **Vòng Xoáy Cuộc Đời**, tuyển tập văn và cũng là những lời tâm sự của Thầy Thích Nhuận Hùng, vừa hoàn tất xong và chuẩn bị phát hành. Nói "tâm sự" là nói ra những lời từ trái tim. Tôi biết Thầy Thích Nhuận Hùng nhiều năm, Thầy đơn sơ và chất phác y hệt như những gì Thầy viết ra. Không phải như một nhà văn (Thầy không có ý trở thành một nhà văn), Thầy chỉ viết lên những gì Thầy nhìn thấy, nghe được, cảm thọ, nhận biết và suy nghĩ về những gì chung quanh Thầy.

Tác phẩm gồm 26 bài viết, khởi đầu là bài "Tưởng Nhớ Thầy" ghi nhận những cảm xúc về cố Hòa Thượng Thích Quảng Thanh, Y chỉ sư của Thầy Thích Nhuận Hùng trong 26 năm, từ năm 1991 khi Thầy Nhuận Hùng là một Sa di từ Việt Nam theo thân phụ sang Hoa Kỳ định cư cho tới năm 2017. Bài cuối cùng trong tập là "Mẹ!" khi Thầy Nhuận Hùng ghi lại hình ảnh người mẹ trong ký ức của Thầy, khi mẹ nuôi đàn con nhỏ bằng cách rời nhà cho lũ trẻ tự lo trong khi mẹ lội rừng, đi cắt tranh mướn tận Pleime, nơi giáp biên giới Campuchia – tác giả chia sẻ cái nhìn trong thơ của cố thi sĩ Thanh Trí Cao Thích Quảng Thanh rằng mẹ là hiện thân Phật, là hóa thân của Bồ Tát Quan Thế Âm.

Độc giả dễ dàng xúc động khi thấy cuộc đời của tác giả rất mực gian nan. Hình ảnh Khổ Đế được ghi lại trong tuyển tập văn bằng ngôn ngữ chất phác, chân thực. Nơi đây không phải là văn chương, chữ nơi đây là cảm xúc thật từ một nhà sư, sinh năm 1962, xuất gia năm 1977 tại chùa Tỉnh Hội Pleiku và về tu học với Bổn sư Thích Trí Đạo tại chùa Phú Mỹ, Pleiku, năm 1989 thọ Sa Di, và tháng 7/1991 sang Hoa Kỳ định cư theo diện (H.O) với thân phụ tại Quận Cam (California) và nơi đây nhập chúng Chùa Bảo Quang, được Hòa Thượng Thích Quảng Thanh nhận làm đệ tử, hướng dẫn tu tập. Tháng 12/ 1991 Thầy Nhuận Hùng thọ giới Tỳ Kheo dưới sự chứng minh của Hòa Thượng Thích Tâm Châu, và năm 2013 được tấn phong Thượng Tọa bởi HT Thích Tâm Châu, Thượng Thủ GHPGVNTTG. Từ năm 1991 đến năm 2017 Thầy Nhuận Hùng phụ tá Hòa thượng Quảng Thanh xây dựng chùa Bảo Quang, thực hiện các công tác trung tâm Phật Giáo, văn hóa, nghệ thuật và từ thiện - xã hội.

Tác giả Thích Nhuận Hùng không kể tận tường những kỷ niệm trong 26 năm phụ tá Thầy Quảng Thanh, lời ghi sơ lược, chủ yếu là cảm xúc, cũng không kể chi tiết các bất đồng một số Phật tử còn thắc mắc về chuyện, trên nguyên tắc Thầy Nhuận Hùng sẽ được thừa kế Chùa Bảo Quang sau khi Thầy Quảng Thanh viên tịch nhưng rồi đành phải ra đi - và bây giờ tác giả ở cách Quận Cam nhiều ngàn dặm, tận Florida. Tôi, trong cương vị một Phật Tử và là một nhà báo thường xuyên tới Chùa Bảo Quang để làm tin, đã đồng hóa hai vị sư --- Thầy Quảng Thanh và Thầy Nhuận Hùng --- với ngôi chùa này. Lần nào tới thăm chùa này, tôi cũng nhìn thấy Thầy Nhuận Hùng làm đủ thứ vai trò trong việc xây dựng ngôi chùa này, lúc nào tay Thầy cũng bận rộn làm việc như một thợ mộc, thợ hồ, làm báo…làm vườn.v.v…

Và cũng có lúc, trong bài "Tưởng Nhớ Thầy," tác giả Thích Nhuận Hùng ngậm ngùi khi viết: "…kẻ bên cạnh Hòa Thượng Thích Quảng Thanh là ai? Người đó bây giờ ở đâu, sống hay chết ra sao? Có mấy ai biết được công lao Thầy Quảng Thanh như thế nào? Người kề cận sát cánh đêm ngày cùng Thầy Quảng Thanh xây cất công trình thì ra sao?" Tôi ngậm ngùi khi đọc những dòng như thế. Hơn một phần tư thế kỷ trong đời Thầy Nhuận Hùng đã gắn bó với từng viên gạch nhỏ trong Chùa Bảo Quang.

Thầy Nhuận Hùng không viết với ý định trở thành một nhà văn, kể cả khi Thầy kể chuyện về một nhà sư dạy võ trên núi Nga My thời nhà Tống, như trong bài "Cây Cầu Giải Nghiệp"; cũng như khi Thầy kể chuyện đi tìm linh dược trên núi Hy Mã Lạp Sơn, như trong bài "Đi Tìm Linh Dược." Tất cả đều muốn nêu lên tinh thần kham nhẫn, muốn phụng sự chúng sinh, làm sáng tỏ lý duyên khởi và pháp ấn vô thường. Ngay cả trong các bài viết với văn phong truyện võ hiệp, Thầy Nhuận Hùng có lúc than thở về những hung hiểm giữa cõi người, và rồi nhắc tới những dòng trong Bát Nhã Tâm Kinh hay Kinh Duy Ma Cật.

Tôi hơi bất ngờ khi biết Thầy Nhuận Hùng viết tuyển tập văn "Vòng Xoáy Cuộc Đời." Hình ảnh Thầy trong tôi trước giờ là một hóa thân của ngài Trì Địa Bồ Tát, một người gánh đất làm đường và trộn xi măng làm chùa. Tôi luôn luôn vui mừng khi biết có một vị tu sĩ hay một cư sĩ nào cầm bút, dù là làm thơ, viết truyện hay viết lý luận. Tôi nhiều lần than phiền khi thấy số người viết và dịch về Phật Giáo không nhiều, so với tỷ lệ dân số. Tôi ước mơ rằng các học viện Phật Giáo tại VN mỗi tuần sẽ có vài giờ đồng hồ để dạy các Tăng, Ni, Cư Sĩ về nghệ thuật viết. Tại sao cần học viết? Tại sao các Tăng Ni, Cư Sĩ cần giữ thói quen viết? Bởi vì đơn giản, khi cầm bút viết, trước đó là phải đọc. Và đọc chính là học. Kho tàng Phật học nhiều mênh mông, mà không đọc thì uổng phí biết là bao nhiêu. Những vị Thầy lớn trước giờ đã dùng chữ viết để xây nên ngôi nhà Phật học hiện nay, và chúng ta đang uống những dòng sữa Pháp từ chữ của quý Thầy Thiện Siêu, Trí Tịnh, Minh Châu, Thanh Từ, Nhất Hạnh, Trúc Thiên, Tuệ Sỹ, Lê Mạnh Thát, và vân vân. Đó là chữ. Hãy hình dung là nếu không có những dòng chữ đó của quý ngài đi trước, cõi này của chúng ta sẽ kinh hoàng biết bao nhiêu. Trong khi đó, kho tàng văn học Phật Giáo bằng tiếng Anh cũng đã rất mực phong phú, đang cần nhiều người đọc để chuyển ngữ về cho đồng bào mình đọc. Chính ngay trong khi viết --- dù làm thơ hay viết truyện --- chúng ta mới đọc kỹ các cảm xúc và các niệm tâm mình hơn, cũng như nhận diện và cân nhắc từng tác dụng của chữ đối với độc giả. Do vậy, tôi quý trọng việc Thầy Nhuận Hùng cầm bút. Dĩ nhiên, Thầy không phải là nhà văn, và chỉ là một nhà sư thấy trong lòng có điều muốn viết ra chữ.

Thầy Nhuận Hùng kể chuyện quanh Thầy và cũng tự kể về Thầy. Tất cả đều là một nhận diện về Khổ Đế. Cõi này rất buồn, và do vậy nương tựa Tam Bảo mới là niềm vui chân chánh. Các hình ảnh bất như ý được Thầy Nhuận Hùng ghi ngay từ nhan đề các bài viết. Như nhan đề "Cây Cầu Giải Nghiệp" (trang 02) hay "Đi Tìm Linh Dược" (tr.20)… có nghiệp cần giải, và có linh dược cần tìm. Hay nhan đề các bài "Ảo Mộng Trần Gian" (tr. 82) và "Thân Phận Lá Vàng" (tr.88). Hay nhan đề các bài "Khúc Nhạc Sầu" (tr. 108) và "Ai Đã Thầm Lặng" (tr. 119). Hay như nhan đề "Lỗi Người và Lỗi Ta" (tr. 196) và "Vòng Xoáy Cuộc Đời" (tr. 66) --- và nhan đề này được dùng làm nhan đề toàn bộ tuyển tập văn này.

Các nỗi khổ trần gian không chỉ nằm nơi nhan đề bài viết. Chuyện kể trong nhiều bài là những nỗi khổ ở cả quê nhà và quê người. Nỗi gian nan nơi quê nhà Thầy Nhuận Hùng tự kể trong bài "Mẹ!" khi Thầy xuất gia từ niên thiếu, và mẹ Thầy lặn lội, kiếm sống gian nan để nuôi 4 đứa em gái còn nhỏ của Thầy trong khi người cha vào tù cải tạo. Hoàn cảnh bà mẹ vào rừng cắt tranh kiếm sống, trong khi 4 đứa nhỏ (tuổi từ 5 tới 13) tự lo ở nhà tại Pleiku đã làm xúc động cả cõi vô hình: bà ngoại từ Bình Định được dì Lan báo mộng, hối thúc mang gạo và thức ăn lên Pleiku cho 4 đứa cháu nhỏ vắng mẹ và cả vắng cha (trong khi người anh là Thầy Nhuận Hùng đang tu ở một ngôi chùa xa).

Có lúc tác giả Thích Nhuận Hùng bực dọc, nhưng ngôn ngữ của Thầy được kềm chế ở mức vừa phải. Nếu độc giả cư ngụ ở Quận Cam, sẽ nhận ra một số nỗi bực dọc của Thầy, dù ngôn ngữ của Thầy không minh nhiên chỉ ra ai hay việc gì. Thí dụ như trong bài "Vòng Xoáy Cuộc Đời" --- Thầy viết về chuyện thiền môn với "một con sâu làm rầu nồi canh"… Chữ nặng nề Thầy tìm được là chữ "bất lương" khi Thầy viết, "Thời buổi này cơm, áo, gạo, tiền, làm sao tránh cho khỏi được những việc làm bất lương" (tr. 70). Hay như cuối bài vừa dẫn, Thầy viết về nghiệp quả, và "Đó không xứng đáng là người có mặt trên trái đất này. Dù có sống ở trên đời này, phẩm chất tư cách cũng thấp hơn các loài chúng sinh khác. Nhân quả nhãn tiền không thể trốn tránh được." (tr. 71) Tôi biết, Thầy bực dọc lắm mới viết như thế, và tôi hiểu được cảm xúc như thế.

Bản thân tôi, trong cương vị nhà báo, đã chứng kiến những diễn biến trong ngôi Chùa Bảo Quang từ nhiều thập niên, đã nhìn thấy ngày ngày Thầy Nhuận Hùng mệt nhọc đổ mồ hôi để xây dựng ngôi chùa này, tới nhiều lần ngả bệnh… Và bây giờ Thầy đã đi xa nhiều ngàn dặm, tới một miền quê ở Florida để tu và ngồi viết.

Tôi ước mơ Thầy Nhuận Hùng sẽ không bao giờ ngưng viết. Một thời, Thầy xây dựng ngôi chùa gạch đá xi măng, và bây giờ xin Thầy xây dựng ngôi chùa bằng chữ nghĩa giáo pháp. Phật Giáo cần rất nhiều người viết, và khi viết cũng là đọc và là cần đọc. Ngôi chùa Phật Giáo thế giới đã được xây dựng từ hơn hai ngàn năm bằng chữ Pali, chữ Sanskrit, chữ Hán, chữ Tây Tạng. Ngôi chùa Phật Giáo Việt Nam bằng chữ đã được nhiều thế hệ xây dựng lên, một thời bằng chữ Hán, rồi chữ Nôm và bây giờ bằng mẫu tự abc. Hãy mời gọi nhau cầm bút, để góp thêm những viên gạch mới vào ngôi chùa chữ nghĩa đó cho các thế hệ tương lai. Xin trân trọng chúc mừng tác phẩm mới của Thầy: đây cũng là một ngôi chùa trên giấy.

Nguyên Giác

TƯỞNG NHỚ THẦY!!!

(Cố Hòa Thượng, Thượng Quảng Hạ Thanh)

Nam Mô Bổn Sư Thích Ca Mâu Ni Phật.

Kính bạch giác linh thầy!

Nhìn khói hương trầm, lan tỏa khắp mười phương, trên không trung bao la vô cùng - vô tận, ngôi Đại Hùng Bảo Điện trang nghiêm uy nghi, dưới ánh đèn pha lê lung linh trong suốt chiếu sáng soi Bảo Quang Tự, lòng con xao xuyến với bao hình ảnh hiện về trong ký ức xa xôi…! Thật là, ảo mộng vô cùng con còn nhớ rõ từng lời nói, từng nụ cười, ánh mắt thân thương của vị thầy khả kính, khả ái, của ngày nào, mới đó mà đã hơn một năm kể từ khi thầy xả báo thân tứ đại mà ra đi, để lại bao thương tiếc vô cùng, cho hàng Phật Tử bơ vơ…! Dẫu biết rằng, thân người giả hợp có sanh ắt có tử, nhưng thầy là bậc đại trượng phu là bóng cây che mát, cũng là cổ thụ đại tòng lâm cho hàng hậu học chúng con nương nhờ. Thầy chính là người dìu dắt con trên bước đường tu học nơi xứ người…!

Nhớ ngày nào đó…mãi mãi còn in đậm trong tâm trí của con, cũng là ngày đầu tiên con đặt chân đến Hoa Kỳ, vùng đất tự do bao la mầu mỡ với bao nhiêu tiện nghi khoa học tối tân hàng đầu thế giới. Mà mọi người gọi đó là vùng đất hứa hay còn gọi là thiên đàng hạ giới. Nơi đây vào thời điểm đó có không biết bao nhiêu người trên thế giới hằng nghĩ đến, làm thế nào để có được "giấc mơ đến được Mỹ quốc" (*American Dream*). Nói như thế, thầy và con cũng không ngoại lệ, nhưng xét cho cùng thầy đến đây với lý do tỵ nạn Cộng Sản trên con đường vượt biển, đánh đổi giữa sống và chết ngoài biển khơi bao la bất tận trên con thuyền mong manh bé nhỏ tìm lý tưởng "tự do" không chấp nhận sự áp chế của chế độ phi nhân bản ấy là chủ nghĩa Cộng Sản. Còn thân phận con ra đi đến xứ người trong hoàn cảnh tuy có khác nhưng không ngoài hai chữ "tự do" trong chương trình "H.O" của thân phụ bị đi tù (*học tập - cải tạo*) nhiều năm trong nhà tù Cộng Sản Việt Nam. Những điều đó nói lên thầy trò ta đã có duyên gặp nhau trên xứ người để cùng nhau, cùng chung lý tưởng - một lòng một dạ, cùng chí hướng tạo dựng lên ngôi nhà chánh pháp. Nơi ấy chính là "*Trung Tâm Văn Hóa Phật Giáo Chùa Bảo Quang*" hôm nay, nơi mà thầy hằng mong ước kể từ lúc thầy đặt chân đến đất Mỹ, riêng bản thân con cũng vậy.

Nói đến niềm mơ ước hay hứa hẹn thầm kín trong tâm tư tuy không nói ra nhưng con có thể hiểu được tấm lòng khao khát của thầy. Dù là tu sĩ hay cư sĩ cũng thế, ai ai cũng có quyền "mơ" và "ước", đó là luật đương nhiên trong thế giới Ta Bà này. Giấc mơ có thể thành sự thật hay không là chuyện khác, còn việc làm với ý chí cương quyết để đạt được thành quả cũng là vấn đề khác nữa. Đánh đổi công sức, trí tuệ để làm nên sự nghiệp…! Theo con được biết tâm nguyện của thầy, thầy thường nói:

"Tôi đến nước Mỹ để làm việc gì đó, ngỏ hầu mai sau giúp cho quê hương của mình. Có lẽ ai rồi cũng nghĩ như tôi. Những

nghĩ tưởng chưa đủ mà phải vươn mình thách đố với cuộc đời đầy bụi bặm nắng mưa"

Bài thơ xưa thầy đã viết:

"Dù đời còn lắm nắng mưa
Lòng tôi quả quyết cho vừa trần gian
Ai tìm chứng tích thiên đàng
Riêng tôi phát nguyện dọc ngang đạo đời
Vui – buồn lắm lúc đầy vơi
Nghiêng mình tôi vái đất trời bao dung
Chư Phật - Bồ Tát đại hùng
Từ Bi giao cảm vô cùng thiêng liêng
Nơi nào chưa đủ bình yên
Hóa Thân Bồ Tát khắp miền trần gian
Lời kinh âm điệu ngân vang
Thiết tha khẩn nguyện điêu tàn nở hoa"
(Thanh Trí Cao)

Thầy là thi sĩ tài hoa với bao nghệ thuật trong khối óc tinh hoa của thầy, thầy linh hoạt trên mọi phương diện từ giảng thuyết giáo lý Phật đà cho đến tôn giáo, văn hóa, nghệ thuât,từ thiện – xã hội mọi tầng lớp nghệ thuật thầy luôn luôn có mặt, làm cho vườn hoa nghệ thuật Phật Giáo mãi mãi tươi đẹp, đem bộ môn nghệ thuật để giáo hóa quần sanh nơi xứ người. Ấy vậy, văn - võ thầy đều song toàn lại thêm kỹ năng cầm - kỳ - thi - họa đều có đủ, ít mấy ai sánh bằng. Từ vóc dáng thân hình vạm vỡ thể lực tráng kiện, oai uy đạo mạo với nguồn tư tưởng thiên phú, dù thương trường – đạo trường thầy cũng đều tinh thông cả, linh hoạt nhanh nhẹn mà còn là người lãnh trong Giáo Hội Phật Giáo…Thật vậy, thầy không khiếm khuyết môn học thuật nào cả…!

Những thi phẩm mà thầy đã xuất bản như: *"Trăng Ngủ Trong Mây, Trên Dòng Sanh Tử, Hương Vị Chân Tâm. Hái Hoa Tuyết Đông, Khoác Áo Chân Không, Dấu Ấn Nghệ Thuật I và II"* còn cho ra mắt nhiều CD nhạc như: *"Gió Hát Thiền Ca, Ta và Vũ Trụ, Phật Giáo Sứ Mệnh Hòa Bình, Giòng Sông Thấp Thoáng Con Thuyền, Hành Trình Giác Ngộ...!"* Những sở trường nghệ thuật của thầy như: *" Cấu trúc non bộ, cắm hoa nghệ thuật, cây kiểng (bonsai), hội họa, điêu khắc, viết lách, thơ văn, báo chí..."* Đều nằm trọn trong lòng bàn tay thầy…!

Tóm lại, tác phẩm lớn nhất của thầy cũng là tâm huyết trong đời tu tập chính là ngôi: Quần Thể Chùa Bảo Quang, một công trình kiến trúc đầy gian truân, trải qua không biết bao thử thách, từ thời gian cho đến vật chất công sức, trí tuệ, tiền của…! Nói nôm na theo ngôn ngữ bình dân là "mồ hôi - nước mắt lẫn lộn". Khi công trình hoàn tất ngoài sự đóng góp tịnh tài và công sức của Phật Tử gần xa, ai nấy cũng đều tán thán - ngưỡng mộ, tấm lòng cao cả hiến dâng cho đạo pháp - dân tộc, tạo dựng ngôi nhà chánh pháp trên đất nước Hợp Chủng Quốc – Hoa Kỳ cả một kỳ công hiếm thấy. Cố Hòa Thượng Thích Quảng Thanh, cùng con là đệ tử Thích Nhuận Hùng, kề cận sát cánh đêm ngày xây cất sao cho sớm hoàn thành công trình, được trọn phần viên mãn.

Thầy là người làm nên sự nghiệp, cũng là Bậc Thầy – Tổ Khai Sơn (sáng lập) ngôi **Bảo Quang Tự** lưu truyền cho nhiều thế hệ sau, tiếp nối ngôi nhà chánh pháp, hầu mong sao cho có đủ trình độ giáo lý để **"hoằng dương chánh pháp, lợi lạc quần sanh, tiếp dẫn hậu lai, báo Phật ân đức"** đó mới đúng là duy nguyện của thầy. Những gì đã trôi qua, tôi còn nhớ rõ văng vẳng bên tai…! Trên trang giấy nhỏ này tôi không thể diễn tả cho xiết.

Đều đáng nhớ tôi vẫn phải nhớ, đó là lời thầy thường hay nói với tôi: *"Hùng ơi! Con hãy nhớ rõ, tu hành luôn luôn phải trau giồi trí tuệ nhất là giáo lý Phật đà con phải cố gắng tìm tòi học hỏi, vì kho tàng Kinh Điển Đại Thừa Phật Giáo học hoài học mãi vẫn không hết đâu con ạ!..."* công lao của thầy còn nhiều, nhiều hơn nữa tôi không thể nào kể ra cho xiết.

Theo thiển ý của tôi, không thể trải lòng trọn vẹn trên trang giấy mà diễn đạt cho thấu cuộc đời hoằng hóa độ sanh của cố Hòa Thượng Thích Quảng Thanh, bút hiệu Thanh Trí Cao, chỉ biết cúi đầu đảnh lễ. Nhờ vào dịp khác sẽ tâm sự cùng quý vị độc giả nhiều hơn thế nữa...Dòng thơ dưới dây của thầy phảng phất hương thiền, xin được tỏ bày:

"Ngôi cổ tự rêu phong ẩn dật
Chuông Đại Đồng vang vọng rừng hoang
Ai bày tỏ ngữ ngôn sơ ngộ
Đá cưu mang chứng tích vàng son"
(Thanh Trí Cao)

Giấc mơ xưa của thầy nay đã thành sự thật, cõi mộng nào cũng là cõi mộng, xưa và nay tuy có khác nhưng còn lưu luyến cho đến nghìn sau. Trăng vẫn là trăng - nước vẫn là nước, trăng ấy, nước đó và mây kia, trăng soi diện mục, qua cầu gió thổi, nước chảy mây bay, miên man vô cùng – vô tận, mãi mãi trùng trùng duyên khởi…! Thầy ơi! Thầy hãy thong dong cỡi hạc phiêu bồng, *"người tiếp cận suối nguồn giao cảm, cuộc hành trình thấu thị chân không, ai tạc tượng nàng thơ trên đá, lão Thiền Tăng nhẹ gót sang sông"* dòng thơ cũ vẫn còn đậm nét, con nguyện mãi khắc ghi lòng…! Dòng thơ lưu lại bút tích thầy:

"Tâm giác ngộ cảm thông trời đất

Nào hững hờ chối bỏ gì đâu

Không bám lấy đơn phương huyền thoại
Mặc nhiên nhìn vết tích hằn sâu"
       Thanh Trí Cao

Cuối lời, chẳng biết nói gì hơn ngoài tấm lòng chân thật của con, ngưỡng mong Giác Linh thầy chứng giám. Chắp tay lên nguyện cầu Giác Linh Cố Hòa Thượng, thượng Quảng - hạ Thanh, Cao Đăng Phật Quốc. Chứng minh cho con phát hành tác phẩm đầu tay được viên thành như ý.

Nam Mô A Di Đà Phật. Tác đại chứng minh

Đệ Tử Thành Tâm Đảnh Lễ

Hoa Kỳ, ngày 16/7/2020

Thích Nhuận Hùng

CÂY CẦU GIẢI NGHIỆP

Trăng trung tuần treo lơ lửng trên không, chiếu sáng cả một vùng bao la vô tận, làm cho cảnh vật về khuya thêm tịch mịch, chẳng khác nào bức tranh sơn thủy chấm phá độc đáo do thiên nhiên tạo. Nói chung trên ngọn Nga My Sơn, Trung Quốc thời bấy giờ, núi rừng hiểm trở ít ai lai vãng đến. Nơi đây không hiểu đã được thành lập bao lâu mà thành trì Võ Đang này thật khí thế, chung quanh tường rào rất là kiên cố. Chiếm lấy cả khu đồi để xây cất chỗ ở cho môn sinh, lui tới luyện tập và tịnh tu rất bền thế, xa lánh phố phường thật là lý tưởng cho những ai chuyên tâm tập luyện…!

Sư phụ, trụ trì ở nơi đây tuổi tác đã khá cao nhưng tinh thần vẫn còn minh mẫn, thân thể tráng kiện, chẳng những vậy mà còn đào tạo rất nhiều môn sinh, võ nghệ tinh thông và lúc nào cũng lấy đạo đức làm châm ngôn cho mọi sinh hoạt của môn phái. Người lúc nào cũng thao thức nghiệp võ nên ra sức đào tạo, tuyển chọn môn sinh đúng theo ý ngài để kế thừa môn võ học và truyền lại cho những thế hệ mai hậu. Trong những năm cuối đời nhà Tống loạn lạc quá nhiều, các giáo phái và những nơi luyện tập võ công luôn luôn tranh dành ảnh hưởng với nhau. Ai cũng muốn "bá chủ" võ lâm được làm anh hùng trong thiên hạ.

Nhưng sư phụ nói thế, ngoài tài còn phải có đức độ, trong môn sinh có mấy ai được trọn vẹn. Nỗi buồn canh cánh bên lòng phân vân, chưa biết định đoạt ra sao…!

Đêm nay dưới ánh trăng nơi núi rừng hoang vu các môn sinh đã an giấc nghỉ ngơi. Nhưng sư phụ vẫn còn thao thức chưa ngơi nghỉ, linh tính ngài cho biết sẽ có điều gì bất an sắp xảy ra nơi hậu liêu của ngài. Không chớp mắt được giữa đêm khuya ngài liền dậy khoác chiếc áo choàng bông và không quên cầm thêm cây thương, đầu mũi thương nhọn và sáng, dáng đi thoan thoắt. Sư phụ có cặp mắt tinh anh và bộ râu dài trắng phau, tuy lớn tuổi nhưng vẫn còn minh mẫn, quắc thước. Thoáng chốc sư phụ đã đến chỗ gây ra tiếng động giữa đêm khuya. Sau khi quan sát kỹ, chứng kiến hai môn sinh của mình đang so tài với nhau. Thiện Tuệ xử dụng song đao lợi hại, đôi đao vung lên loang loáng dưới ánh trăng như đôi rắn bạc, chém xối xả xuống đầu Thiện Hậu. Bị tấn công bất ngờ Thiện Hậu ngả lăn mình tránh đôi lưỡi đao lợi hại, rồi lăn tròn dưới đất, vừa lăn vừa cởi chiếc đai vải dài quấn quanh bụng, rồi phóng vút người đứng dậy trong tay cầm đai thắt lưng bằng vải dày và dài, hai đầu dây đai vung lên uốn lượn lợi hại như con bạch xà uốn khúc, vây tròn đối thủ vào giữa Thiện Tuệ không kém vung song đao định cắt đứt dây đai, nhưng đã trễ – Thiện Hậu dùng thế "song thủ đả ngư " hai đầu dây thắt đai như hai con rắn quấn lấy hai cổ tay Thiện Tuệ giựt phắt song đao, bay vút lên không, cắm vào gốc cây tùng gần đó! Đây là những thế tuyệt kỷ của phái Võ Đang chuyên dùng nhu thắng cương. Năm xưa Bạch My sư tổ đã dùng chiếc bụng mềm, hút chặt đầu của Chí Thiện chưởng môn phái Thiếu Lâm, đã phải bỏ mạng. Từ đấy gây ra mối thâm thù. Thiếu Lâm trường hận không biết bao nhiêu năm…!

Trở lại cuộc tỷ thí... Song đao vuột khỏi đôi tay Thiện Tuệ đang bàng hoàng ngơ ngác, thì một đầu dây đai lại phóng tới, định quấn quanh cổ Thiện Tuệ vật xuống đất, nhưng may thay sư phụ vừa phóng tới kịp thời cứu Thiện Tuệ thoát hiểm. Sư phụ bèn lên tiếng:

- "Ngừng lại!" Thiện Tuệ, Thiện Hậu khuya rồi, hai con đi nghỉ mai tập tiếp.

Đang độ giao đấu quyết liệt chưa phân thắng bại, nghe sư phụ gọi, cả hai cụt hứng, lòng không cam đành, chạy đến quỳ trước sư phụ, đồng thưa:

-Xin lỗi sư phụ, mong chỉ dạy thêm cho chúng con...!

- Sư phụ có việc nói các con:

"Ngày mai, sư phụ bế môn luyện công, công việc hai con phải quán xuyến và nhớ ra thông báo không nhận môn sinh mới. Các con cố gắng luyện tập và chuyên cần hướng dẫn các môn đệ.

Vừa dứt lời, sư phụ đã biến dạng, cả hai đều ngơ ngác. Từ đó sự luyện tập vẫn y theo thời khóa nhưng không còn hào hứng như xưa nữa.

Sau khi sư phụ "bế môn" luyện công đã xong trở lại sinh hoạt bình thường. Bỗng nhiên có một người đến báo tin...Ba hôm sau sư phụ và Thiện Hậu lên đường đi đến điểm hẹn... Thiện Tuệ được sư phụ giao phó ở lại trang trại trông nom và hướng dẫn môn sinh.

Chuyến đi này của sư phụ và Thiện Hậu không biết ra sao, nên Thiện Tuệ chỉ âm thầm tiễn đưa chẳng nói lời nào, ngoài câu "chúc lành" cho Sư phụ và Thiện Hậu. Thoáng chốc trong đầu Thiện Tuệ có linh cảm hiện ra những việc không hay như là, một đi không trở lại đó chăng? Chàng liền xua tan ý nghĩa xấu đó ngay. Chỉ cầu mong sư phụ xong việc sớm trở về…!

Thời gian cứ thế trôi đi, tin tức chờ hoài chẳng thấy, biệt vô âm tín cả thầy lẫn trò, rồi tai biến này, ách nạn kia xảy ra liên tục môn sinh ngày một thưa thớt, tiền bạc yếu kém trang trại nuôi sống đồng môn suy xụp, kéo theo đời sống của võ đường và gia đình vợ con Thiện Tuệ cũng lâm cảnh hàn vi túng quẫn. Sau đó trang trại yếu lần không còn ai kế nghiệp. Thiện Tuệ cũng mất mạng trong trận đấu quyết liệt với bọn cướp từ xa kéo đến. Người vợ thoát chết được một cao nhân lạ mặt cứu, nhưng thân thể bà đầy thương tích, cùng đứa con trai tên là An Hòa chưa đầy ba tuổi, thật là thảm kịch xảy ra quá kinh hoàng cũng vì ân oán - tình thù của thế hệ đi trước đã tạo ra.

Hai mươi lăm năm sau!

Loạn lạc đã lắng xuống, đời sống đã được an lạc trong dân gian. Tại một nhánh nhỏ xuyên qua làng xóm thuộc lưu vực sông Dương Tử. Nơi đây lúc bấy giờ vẫn còn hoang vu chưa được phát triển, đa số dân chúng sinh sống đều từ các nơi quy tụ về, sống quanh dòng sông này. Cuộc sống tuy vất vả nhưng ở đây rất an toàn ít bị quấy nhiễu bởi bọn cường khấu nhưng ngược lại gặp phải dòng sông nước chảy mạnh chưa có điều kiện bắc cầu ngang qua sông cho nên mỗi khi nước lớn, dân chúng qua lại bằng ghe xuồng rất vất vả, có khi còn phải mất mạng do nước cuốn đi. Cảnh tượng ấy đã xảy ra rất nhiều, khiến cho bao gia đình mất mạng do nước lũ cuốn đi đành phải dời đến nơi khác.

Cũng tại nơi đây, không biết từ đâu lại xuất hiện một lão hành khất sống đời du canh, du cư khắp nơi nơi, không hiểu vì sao lão lại trụ nơi này khá lâu, trông tướng người rất rắn chắc, nước da đen xạm trông thật phong trần. Không biết tên họ ông lão là gì, từ đâu đến? chẳng ai biết gốc gác. Người dân ở đây đặt cho lão một biệt hiệu là Lão Trượng bởi thỉnh thoảng, lại thấy lão đứng hằng giờ trông ngóng ra dòng sông, không ai hiểu tâm tư của lão, hình như lão có uẩn khúc gì bên trong...! Rồi một ngày nọ lão cất ngay bên bờ sông một cái chòi tranh nho nhỏ, đủ che nắng che mưa, không ai hiểu lão sống bằng nghề gì? Chỉ thấy lão chu du khắp mọi nơi trông như một hành khất, sống qua ngày, che dấu thân phận hoặc mai danh ẩn tích chi đó? Bao nhiêu nghi vấn nhưng chẳng ai bận tâm tìm hiểu cuộc đời của Lão Trượng cả! Có người còn nghi vấn cho rằng lão có ước nguyện gì hay chờ đợi ai đó trên dòng sông này chăng? Mà cuộc sống vất vả chật vật về đời sống mưu sinh hằng ngày như thế, chưa hết có người còn thấy lão ra sức tạo dựng cây cầu bằng gỗ để bắc ngang qua sông. Lão Trượng có ý định giúp cho dân làng qua lại dễ dàng trên sông tránh cảnh nước dâng cao nguy hiểm cho tánh mạng dân chúng. Công việc làm tốn rất nhiều công sức, thời gian tuy đơn độc nhưng lão vẫn vui vẻ. Vì việc làm ấy rất có ích cho dân làng về sau. Thời gian cứ thế trôi qua, lúc đầu nhiều người cho rằng lão (khùng) làm việc xã hội mà chẳng hợp tác cùng ai, chẳng có kế hoạch hay đóng góp gì cả, lão cũng chẳng phải (quan quyền) chi đó, việc làm ấy chẳng khác nào "……se cát biển Đông ..." Nhưng lão vẫn không nản chí cứ bền tâm mà theo đuổi việc làm chẳng nệ gian nan và cực khổ thiếu ăn, thiếu mặc nhưng ý chí vẫn không sờn...

Thời gian thấm thoát đã qua nhanh, gần ba năm trời rồi mà cây cầu làm mới được 1/5 với sức cố gắng tối đa của lão, rồi việc gì đến nó sẽ đến...!

Vào một buổi chiều khi bóng tà dương đã nhạt dần chỉ còn lại vài tia nắng yếu ớt le lói trên dòng sông. Xa xa có một gã thanh niên hướng về dòng sông hình như hắn muốn tìm phương tiện để qua sông, nhưng chẳng gặp ai cả hắn đang thất vọng, cố đi vòng quanh bên bờ sông mong gặp người để hỏi thăm. Bất chợt hắn cười ồ lên như gặp được quới nhơn cứu mạng, quên hết những ưu phiền chung quanh chạy ào đến hỏi thăm người đang làm việc dưới chân cây cầu gỗ ướt mềm.

-Chào cụ ạ!
 Chẳng đáp chẳng rằng gì cả.

-Chào cụ ạ!

Lần thứ hai không trả lời.
 -Chào cụ ạ!

Lần thứ ba cũng thế, lúc bấy giờ chàng thanh niên này ngạc nhiên thầm nghĩ người hay là...! Lẽ nào im lặng như thế. Tập trung tư tưởng và nội lực An Hòa thử xuất chiêu với lão xem sao, người thật hay là giả không ngờ bị phản công quá mạnh trở tay không kịp, An Hòa bị rơi ngay xuống dòng sông, nhờ biết bơi nên chẳng hề hấn gì. Biết lão này không phải tay tầm thường nên An Hòa quỳ lạy xin lỗi vì tội bất kính. Lúc bấy giờ lão cũng hoan hỷ việc đã qua nên cả hai đều chuyện trò vui vẻ.

 An Hòa hỏi thăm đường xá lão lắc đầu nói rằng:
 -Đường còn dài lắm...thôi cậu hãy về nhà tôi nghỉ ngày mai lên đường.

Sau khi chia tay với Lão Trượng tại dòng sông, An Hòa lại tiếp tục công việc và luôn để tâm vào việc đang điều tra thủ phạm và quyết tìm cho ra manh mối việc làm ấy quả thật khó khăn và gian nan. Mười năm qua rồi nhưng chưa có một bằng chứng nào cụ thể cả, suốt cả nhiều nơi chàng đã đặt chân đến, nhưng rồi tất cả vẫn "chìm xuồng" lui vào bóng tối, chẳng còn một tia hy vọng nào. An Hòa không muốn mẹ mình mất niềm tin nơi chính mình, vì đã không làm tròn sứ mệnh do mẹ giao. An Hòa có lúc muốn bỏ cuộc quên đi quá khứ khổ đau, nhưng nặng vì chữ hiếu...phận làm con không lẽ, bất tuân lời chỉ dạy của mẹ.

Chàng cố gắng lặn lội khắp nơi tìm cho ra mối thù năm xưa ai là kẻ đã giết cha chàng nhưng lưới trời lồng lộng chẳng biết đâu mà lần cho ra manh mối. Thời gian quá dài cuộc đời thay đổi không biết bao nhiêu lần. Sự thăng trầm xã hội nhiễu nhương, lúc bấy giờ vàng thau lẫn lộn chẳng biết ai thiệt ai giả. Cứ theo nhân quả nhà Phật mà ra chàng tin như thế, rồi từ đó chàng thường hay lui tới những nơi tôn nghiêng như chùa chiền lễ lạy và cầu khẩn hương hồn cha bị chết oan uổng, mà chàng đang đi tìm thủ phạm.

Có lần chàng cố gắng nhớ lại những chi tiết vụn vặt trên đường đi và ghi lại những diễn biến từng công việc đã qua. Chàng còn vấn vương, nhớ lại lần gặp một lão già nơi bờ sông, lão ấy đã từng chia xẻ với chàng rằng: "Người chết rồi không thể nào sống lại được, nếu giết thêm một người nữa để rửa hận thì có ích gì, đó là ân oán chất chồng không thể nào chấm dứt được, phải tìm một biện pháp nào tốt hơn để thế vào, (nếu được) (bằng không). Thay vì, ta phải làm một việc gì có ích nước lợi dân hoặc cho gia đình thì nên cầu nguyện cho người quá cố sớm được siêu thoát đó cũng là việc đáng làm." An Hòa hồi tưởng những năm qua, nhớ đến lời nói này khiến cho chàng thức tỉnh và sáng tỏ ra vấn đề chẳng khác nào như người vừa tỉnh mộng. Chàng quyết quay lại dòng sông năm xưa tìm cho ra lão hành khất khả nghi ấy để hỏi cho ra sự thật.

Một buổi chiều nọ trời đang chuyển động những áng mây đen ùn ùn kéo đến, nhằm lúc An Hòa vừa đến dòng sông, chàng quanh quẩn tìm lão hành khất năm xưa chưa gặp. Cơn mưa mỗi lúc mỗi nặng hạt và đổ ập xuống, không còn cách gì hơn chàng chạy một mạch vào xóm nhỏ gặp căn nhà tranh lụp xụp vội bước vào hiên đứng đụt mưa. Cơn mưa thật lớn, làm cho bầu trời tối xầm lại, nhà nào cũng lên đèn, ánh đèn dầu le lói từ trong nhà chiếu ra, có lẽ chủ nhà biết có người đứng bên ngoài đụt mưa, nên mở cửa ra hỏi:

-Ai đấy?

-Dạ, xin lỗi ông cho tôi đứng nhờ dưới mái hiên này giây lát ?

Nghe giọng nói run run của gã thanh niên to lớn, khi gặp phải nước mưa cũng không đủ sức để gượng lại cái lạnh buốt của thời tiết mùa Đông. Ông lão vui vẻ, nở nụ cười xã giao và nói: "Mời cậu vào trong nhà cho ấm, khi nào hết mưa rồi hãy lên đường".

-Cám ơn, tấm lòng tốt..!

Khi An Hòa bước vào trong nhà, theo thói quen luôn luôn quan sát một vòng trong nhà xem chủ nhà như thế nào. Nhìn thấy căn nhà tranh quá đơn sơ chẳng có gì là đáng hồ nghi và lại trong nhà có thờ Phật, chắc có lẽ chủ nhà, không đến nỗi nào..., trông bàn thờ Phật trang nghiêm, hương khói cùng hoa quả xanh tươi khiến cho lòng chàng càng ấm lại.

Ông lão nhìn phong cách và dáng dấp của chàng giây lát, thì lão nhận ra ngay và lớn tiếng nói rằng: "Ồ tưởng ai xa lạ thì ra là cậu...ngọn gió nào đưa cậu đến đây" Ông ta định nói thêm...nhưng ngưng lại.

Thấy vậy, An Hòa lên tiếng: Cám ơn Lão, còn nhớ đến tôi. Cả hai đều vui vẻ tay bắt mặt mừng cùng nhau trao đổi công việc vui buồn suốt thời gian qua.

Lão Trượng đưa quần áo cho An Hòa thay, rồi mời chàng dùng bữa cơm tối đơn sơ nhưng đầy tình nghĩa.

-Này cậu Hòa, mấy năm nay đi xa đã có kết quả gì không?

-Một câu hỏi bất chợt của Lão đã khiến cho An Hòa thắc mắc, không hiểu trong câu hỏi có hàm ý gì không? Đang bâng khuâng không hiểu vì sao lão lại có thể đoán ra nỗi lòng của mình thật lạ nhỉ? An Hòa thầm nghĩ, lại thêm một nghi vấn?

An Hòa bình tĩnh ăn uống liền đáp lại:

-Thưa, Lão Trượng chẳng có gì cả!

Nhìn cử chỉ, lão chẳng nói gì thêm cả, hình như cả hai cùng mang tâm trạng gì đó. Chẳng ai muốn bộc lộ ra cả. Một điều bí ẩn đang gói trọn trong cõi lòng...

Ánh lửa sưởi ấm mỗi lúc một rực lên làm ấm lại căn nhà và tình nhân ái của hai người xích lại với nhau sau những giây phút trò chuyện. Ngoài trời mưa vẫn tiếp tục, thỉnh thoảng những cơn gió lớn lại hú lên có lúc muốn bay cả nóc nhà tranh. Thật là khổ cho những kiếp sống của dân nghèo thiếu ăn thiếu mặc, lại thiếu cả chỗ ở. Giây lát trôi qua Lão Trượng bèn lên tiếng: "Thôi thì, cậu Hòa cứ ở đây chơi vài hôm rồi đi, vì trời mưa dai dẳng không thể qua sông, ít gì cũng mất vài ngày nữa mưa mới tạnh."

-Cám ơn, tấm lòng tốt của Lão Trượng.

Chàng lúc bấy giờ, mang một sứ mệnh cao cả...giữ trọn chữ hiếu nên lúc nào cũng thận trọng lời nói, chỉ muốn hỏi thăm lão những điều thắc mắc xưa, nhưng chưa có cơ hội.
-Thưa Lão Trượng!, tôi thấy cụ có cuộc sống quá đơn giản mà lại làm việc phước thiện bằng cả tấm lòng. Không như những người tôi đã từng quen biết và gặp phải trong cuộc sống hằng ngày, cụ có bí quyết gì cho tôi biết hay không? Chàng cố tình gợi ra những gì mà lão chưa muốn nói ra. Ngưng giây lát chàng liền đọc vài dòng thơ:

"Sơn lâm giả điểu thú chi cư giả
Khách chi mỹ ngã giả dục hữu cầu vu ngã dã".

(Núi rừng là chỗ ở của chim muông
Khách mà khen ta đẹp là vì có điều muốn cầu xin ta)

Nghe xong Lão Trượng gật đầu im lặng.
Ba ngày trôi qua mưa vẫn chưa dứt, Lão Tượng thở dài: Trời đã hại ta nữa rồi, mưa cứ kéo dài mãi như thế biết đến bao giờ công việc làm cầu mới hoàn thành.

An Hòa liền nói:

- Việc tôi gấp như thế này mà vẫn chưa bận tâm, huống gì ông lo cho cây cầu như thế?

Lão Trượng hồ nghi bèn hỏi An Hòa rằng:

-Này cậu Hòa, có việc chi uẩn khúc xin kể ra cho Lão này chia xẻ bớt có được không?

An Hòa tin tưởng nơi lão, nên đem câu chuyện thuật lại cho lão nghe và cả tấm khăn nhỏ có dòng chữ li ti viết bằng máu cho lão xem. Xem xong lão chẳng nói năng gì chỉ lắc đầu thở dài.

-Muộn quá, muộn quá. . .!

Khiến cho An Hòa bối rối không biết lão có hiểu được câu chuyện...của mình chăng? Hay là lão "khùng" chẳng biết gì cả.

-Thôi thì, cậu hãy ngủ sớm đi ngày mai ta sẽ có cách... Thấy vậy, An Hòa không tìm hiểu Lão Trượng này là ai mà có vẻ mơ hồ như thế, suy nghĩ mãi rồi cũng chìm trong giấc ngủ. Biết được ý định của An Hòa, Lão Trượng này cũng không kém phần ưu tư .

Sáng hôm sau cơn mưa tạnh hẳn, mặt trời cũng đã lên cao. Đúng là "sau cơn mưa trời lại sáng". An Hòa chuẩn bị khăn gói lên đường tiếp tục cuộc hành trình...Thấy vậy, Lão Trượng giữ lại và nói:

-Này cậu Hòa đi đâu vội thế?

- An Hòa còn ngập ngừng chưa đáp lời

Lão Trượng nói ngay: "Nếu cậu không gấp thì ở lại đây chơi thêm vài hôm nữa có được không, xem tôi như người nhà...!

An Hòa, nghe nói đến đây giựt mình vì chưa bao giờ có ai dám tự nhận mình là người thân trong gia đình. Điều đáng ngại khiến chàng sanh tâm hiếu kỳ và cố tìm hiểu xem hư thực ra sao? Rồi ra đi cũng chưa có muộn.

Việc quan trọng là tìm cho ra manh mối thủ phạm giết cha mình. Người trông đợi tin nhiều nhất là mẹ, vì chàng giữ trọn chữ hiếu làm con nên dù có khó khăn gian khổ cũng quyết tìm cho ra kẻ thù.

-Thưa Lão Trượng: Không hiểu vì lý do nào Lão lại ra sức làm cây cầu như thế? Tài khoản không có, nhân lực cũng không? Đơn thân độc mã lại làm việc "đội đá vá trời" hay Lão có ước nguyện gì với cây cầu này nhỉ?

Lúc ấy, Lão chẳng để ý đến câu hỏi của chàng, chỉ chăm chú làm thức ăn đãi khách. Ngừng giây lát chàng lại hỏi tiếp:

-An Hòa này, nghĩ rằng Lão Trượng phải có một lực vô hình nào đó xui khiến, hay là Lão có ý nguyện nào đó chăng?

-Này cậu Hòa, tuổi đời còn trẻ, dòng thời gian còn dài, từ từ rồi cậu sẽ hiểu, đừng thắc mắc chi cho vô ích...!

An Hòa nghe đến đây mất hứng, liền lảng qua chuyện khác, chờ dịp sẽ tiếp tục tìm hiểu nguyên nhân. Bữa cơm đạm bạc đã xong chàng ra ngồi trên chiếc võng đong đưa bên ngoài hiên nhà. Còn Lão Tượng thì bước đến bàn Phật chắp tay cung kính dâng nén hương thơm khấn nguyện rồi xếp bằng theo tư thế kiết già, phía trước mặt lão là quyển kinh và chuông mõ Lão Trượng thành tâm tụng niệm. Những lời kinh thánh thoát lúc trầm lúc bổng khiến cho An Hòa thức tỉnh chẳng khác nào kẻ đói được ăn, khát được uống lời kinh ý nghĩa thâm sâu đã đưa chàng đến cảnh giới an nhiên tự tại, tâm hồn chàng lúc ấy như lơ lững trên chín tầng mây, vì ít chàng có dịp để tâm thanh tịnh mà nghe tụng kinh. Nhưng sau thời Kinh vẻ mặt chàng lại thiểu não ngay. Thấy thế, Lão Trượng bèn lên tiếng: Này cậu Hòa có điều gì cần ta giúp không? Lần này mạnh dạn trình bày, sau khi tường thuật công việc truy tìm...khiến cho Lão Trượng khó xử nhưng lão vẫn thản nhiên lời nói rất nhã nhặn:

"Nhân nào quả ấy"

- Cậu Hòa ơi!: Giả xử (nếu ta) là thủ phạm trong việc ấy thì cậu nghĩ sao?

-Có tội thì phải đền tội. Một giọng nói thật lạnh lùng mang đầy u uất...!

-Lão Tượng bật cười ha hả được lắm... được lắm…!

Lúc ấy, An Hòa hoang mang không hiểu thật hay là giả? Đầu óc chàng cứ thế quay cuồng...thầm nghĩ một gã già khụm như thế này, mà dám can đảm nhận tội thì mình phải làm gì đây? Bao nhiêu câu hỏi đặt ngay trong đầu, (giết hay tha) cả hai đều thay đổi thái độ, xem ra thật căng thẳng vào lúc này, một cuộc đấu trí rất hấp dẫn đang diễn ra.

-Được! Hôm nay ngươi đến đây tìm ta về việc báo thù có phải không?.. Vì đã bao nhiêu năm rồi ta cũng chỉ đợi có ngày này, gương mặt của Lão Trượng lúc đó, bỗng đỏ hừng lên.

Nghe nói đến đây An Hòa lạnh cả người, mồ hôi cứ việc tuôn ra, ngoài trời vẫn lạnh.. Không ngờ, chàng không tự chủ được trước đối phương, khiến cho mặt chàng xanh nhợt và tái đi. Còn Lão Trượng lúc đó cứ cười khà khà mất hết bình tĩnh chẳng khác nào kẻ say rượu. Giây phút đột xuất câu chuyện trôi qua, chàng lấy lại bĩnh tĩnh để sáng suốt phán đoán mọi việc thật oái ăm.

Ít khi trường hợp này có thể xảy ra. Vì chàng cũng đã từng đi điều tra những việc oan ức gây cấn hơn thế nữa.

-Này cậu Hòa trước khi cậu ra tay hành quyết ta, ta chính là thủ phạm năm xưa…mà cậu đang đi truy tìm, Lão này quyết không dùng bạo lực đến với cậu, có lỗi thì phải nhận, có giết người thì phải đền tội. Nếu Lão có chết đi lòng vẫn vui, giao mạng sống này cho cậu cũng hợp lý nhân quả, vì cậu là đứa con đi làm nhiệm vụ báo hiếu cho mẹ ấy cũng là điều đáng quý trên đời này. Nhưng cậu nên nghĩ lại đi "Sanh Tử là việc Đại Sự"...Ta chỉ có một yêu cầu nho nhỏ, nếu cần ta sẽ ký giấy "sinh tử" làm cam kết với cậu.

An Hòa mạnh dạn nói giọng dõng dạc như quan tòa.
-Được, ta không cần Lão ký tờ gì chi cả, chỉ mong Lão giữ trọn lời hứa, việc gì Lão yêu cầu ta vẫn sẵn lòng chờ đợi.

Lão Trượng, khoái chí lại tiếp tục cười kha khả như kẻ đắc thắng, mặc dù cái chết kề cận nhưng lão hiên ngang xem thường kẻ địch, vì tha nhân đang lặn hụp trên dòng sông hơn vì cá nhân mình đang trốn tránh sự thật.

Thấy Lão Trượng ý chí kiên cường đưa ra điều kiện chính đáng An Hòa đồng ý gật đầu ngay.

-Lão Trượng nói: Ta chỉ yêu cầu với cậu một điều là ta phải thực hiện xong cây cầu này cho bá tánh, nơi đây qua lại được thuận tiện không còn gặp nhiều khó khăn, ta mãn nguyện rồi. Lúc bấy giờ nếu ngươi không ra tay ta cũng tự nộp "thủ cấp" cậu có đồng ý không?

-Được, đồng ý.

Kể từ đó công việc làm cây cầu thật khẩn trương đến mức dân làng phải ngạc nhiên theo dõi.

Sau đó chàng về thuật lại với người mẹ và thời gian ngắn chàng trở lại gặp Lão Trượng và thuê người cất ngôi nhà nho nhỏ đủ để chờ đợi việc làm của Lão Trượng. Một ngày hai, ba...bảy ngày trôi qua rồi một, hai tháng chờ mãi, chờ hoài công việc chẳng đi đến đâu cả. Lời hứa trên danh dự An Hòa không thể nào làm gì hơn bỏ cả việc làm nơi quan trường. Quyết định sau cùng cho đến tháng thứ ba An Hòa đến gặp Lão Trượng và nói: Này Lão Trượng, hôm nay ta đến giúp ông làm trọn cây cầu có được hay không?

-Tốt lắm, tốt lắm.

Nhưng, nói thì dễ bắt tay vào việc làm lại là chuyện khác. Xưa nay An Hòa đâu có làm nặng như thế đâu, nay Lão này hành hạ quá mức, chàng vẫn cố gắng làm với Lão cho sớm hoàn tất công việc. Chỉ có một tuần lễ chàng đã chịu không nổi cảnh cơ cực giữa khí trời nóng bức và việc làm phải lặn hụp dưới nước. Sau cùng lại đề nghị với lão.

-Này Lão Trượng: Ta sẽ mướn thật nhiều, nhiều người đến để làm chiếc cầu này, ông có đồng ý hay không?

-Tốt lắm, tốt lắm, nếu cậu cho người làm hoàn tất cây cầu thật là công đức vô lượng và ta cũng sẽ sớm nộp mạng cho cậu, việc đó là ta mong muốn lắm!

Quả nhiên, ba ngày sau là cả hơn trăm người ào ạt xuống làm cây cầu. Chỉ thời gian ngắn cây cầu đã hoàn tất. Trước dự định của Lão Trượng, một niềm vui phấn khởi nhất của Lão Trượng trong đời, khi thấy dân làng hò reo vui mừng chiếc cầu đã được hoàn chỉnh. Xong công việc, Lão Trượng gặp ngay An Hòa trình bày bước kế tiếp.

-Này cậu Hòa: Cây cầu đã xong, ta đã định ngày khánh thành và cũng là ngày ta nộp mạng cho cậu y như lời hứa. Cậu hãy về mời thân mẫu đến chứng kiến, Lão Trượng đây không nuốt lời đâu, người sẽ thưa cùng với thân mẫu của người rằng: "Thiện ác đáo đầu chung hữu báo..." Tên thật ta là... mọi việc sẽ được an bài. "Ân oán – tình thù" xưa kia, Lão hy vọng ngày mai sẽ chấm dứt cả đôi bên. Cậu có hiểu không?

Sáng hôm ấy ánh dương đã trải rộng trên đồi cây ngọn cỏ. Một ngày đẹp trời dân làng nô nức kéo đến bên bờ sông dự lễ khánh thành câu cầu bằng gỗ do Lão Trượng dựng lên đã được hoàn tất, dù chỉ là cây cầu bằng gỗ nhưng cũng là phương tiện qua lại của dân làng. Đoàn người nô nức mỗi lúc mỗi đông. Xa xa đoàn xe ngựa của gia đình An Hòa kéo đến. Lão Trượng lúc bấy giờ oai phong từ từ trong ngôi nhà tranh bước ra tiếp khách phương xa đến chứng kiến cây cầu, lúc ấy dân chúng loan tin khắp nơi.

Bước xuống xe ngựa mẹ của An Hòa chỉ ngay và nói: Này An Hòa, Thiện Hậu là ông mặc áo đỏ có phải không con? Trong đám đông người mà Mẹ của chàng nói như thế, khiến cho chàng choáng váng cả lên. Giây lát sau chàng nói tiếp: Sao Mẹ dám đoán chắc ông ấy là Thiện Hậu.

-Thật ra con của mẹ... dù có làm quan đi nữa như thế, vẫn còn non nớt quá... con có nhớ mẹ dạy hay không:

"Mãnh hổ nan địch quần hồ"

(Một con hổ không đối lại ngàn con cáo)

An Hòa nghĩ rằng: Oán nên giải, chớ không nên buộc, và nhớ trong sách có câu:

"Lấy oán báo oán, oán chập chùng
Lấy ân báo oán, oán tiêu tan".

Hay là nên:

"Dĩ hòa vi quý " với ông ta chăng. . .?

Mẹ của An Hòa thấy vậy liền nói: Này An Hòa con hãy mở rộng từ tâm, kể từ nay chúng ta và Thiện Hậu không còn "ân oán – tình thù" gì nữa, vì ông ta đã ăn năn sám hối tội lỗi của mình rồi. Trong Kinh Phật có câu:

"Tội từ tâm khởi, đem tâm sám
Tâm được tịnh rồi, tội liền tiêu..."

Không những thế mà ông ấy đã làm được nhiều điều thiện giúp đỡ dân lành trong vùng này, ông ấy đang thực hành, Bồ Tát Hạnh, sự kiên nhẫn làm cây cầu cho mọi người cùng hưởng, bởi vậy ông được mọi người tán dương công đức và khen ngợi, ủng hộ tinh thần cho ông ta nữa. Bà còn nói tiếp: "Cá nhân con có thể chống nổi dân làng hay không? Thôi thì, chúng ta không còn đòi hỏi gì nơi ông nữa. Hãy để cho ông ta thong dong tự tại...cũng từ cớ đó con nên lấy "Cây Cầu Giải Nghiệp" mà nối lại nghĩa cử đẹp, vì giữa cha con và ông ta là tri kỷ người xưa. Oán thù chồng chất chẳng giải quyết được gì con ạ! "Sống hạnh phúc tấm lòng chân thật, tốt hơn là kẻ chuyên môn đi lừa đảo".

Bảo Quang Tự
(Vu Lan- 2007)

Nhuận Hùng

ĐI TÌM LINH DƯỢC

Đoạn đường phải vượt qua để đến núi Hy Mã Lạp Sơn không thể theo dự định, của ý mình được, vì những trở ngại do thời tiết gây ra. Không hiểu từ đâu cơn bão tuyết ập đến, rồi từ đó cái lạnh băng giá trên độ cao của xứ Tây Tạng lạnh nay lại càng lạnh thêm, giá buốt bên ngoài nhưng rét buốt không thể khiến cho đoàn người di chuyển chùng ý chí mà bỏ cuộc, tuy gặp nhiều trở ngại, nhưng bền tâm tiến bước…!

Đoàn người này với ước nguyện đem tài nghệ xạ tiễn truyền dạy khắp nơi. Trong đoàn ngoài sư phụ ra, đệ tử cũng chẳng kém tài thiện xạ vẫn bách phát bách trúng, đi đến đâu ai cũng nể nang. Người điềm đạm, xuất sắc nhất là Trương Kiều. Trương Kiều đã thọ giáo sư phụ về kỹ thuật bắn cung từ khi còn bé, qua nhiều năm học hỏi và thực tập.

Chàng lúc nào cũng khiêm tốn chẳng bao giờ tỏ ra kiêu căng tự cao, tự đại ngạo mạn với các bạn đồng môn, ai trong đoàn cũng rất yêu mến chàng. Xạ tiễn của chàng được huynh đệ đồng môn khen ngợi, có người còn nói rằng: "Biệt tài bắn cung chàng không thua gì những bậc tiền bối vào thời Xuân Thu 551-479 trước D.L", bởi tướng Dưỡng Do Cơ và Phan Đảng đều là người nước Sở:

"Bách bộ xuyên dương"
Nghĩa là (đứng xa trăm bước, bắn trúng lá dương.)

Cơn bão tuyết mỗi lúc mỗi gia tăng chung quanh, chỉ toàn một màu trắng. Xa xa trông cảnh tuyết rơi thật là tuyệt, ai đã một lần dừng chân nơi đây sẽ thấm thía được cái lạnh của đất trời nơi sơn lâm cùng cốc. Trong đoàn cũng đã có người nhuốm bệnh, khiến cho cuộc hành trình phải trì hoãn. Sư phụ cũng thế, tuổi già sức yếu nội công dù có thâm hậu đến đâu cũng có giới hạn của nó. Đúng thế, thời gian có thể xóa mòn đi tất cả dù cho là vạn vật hay con người cũng không thể nào tránh khỏi định luật vô thường, Sư phụ đã thở dài, nói với các môn đệ trong đoàn: "Đêm nay các con phải tụ họp đông đủ tại lều trại, để nghe sư phụ nói chuyện"

Lời của sư phụ vừa truyền, khiến cả đoàn lo lắng.

Đúng như thế, sau buổi cơm chiều tất cả môn sinh lần lượt quy tụ đông đủ. Mặc cho tuyết đổ trắng xóa, cơn lạnh càng gia tăng thêm. Sư phụ dõng dạc nói lớn:

-Này các môn sinh, theo cảm nghĩ thầy nhận xét, qua những ngày tháng chúng ta vượt non trèo núi đã đến đây. Đoạn đường trước mặt chúng ta còn nhiều chông gai. Thầy cảm thấy các con đã quá mệt mỏi, có còn đủ sức để đạt đến núi Hy Mã Lạp Sơn hay không?

Ngưng giây lát, không khí trong trại yên lặng, mọi người ai cũng có suy nghĩ riêng chưa quyết định. Sư phụ, lại tiếp tục nói:

-Người xưa có câu "Mưu sự tại nhơn thành sự tại thiên"

Sư phụ ngưng...chưa dứt lời, mọi người đã nhao nhao lên. Sư phụ không thể nào bỏ chúng con, sư phụ không...thể nào. Có người còn nói rằng: Chúng ta không thể nào bỏ cuộc phải tiếp tục đi. . .tiếp tục đi đến cùng. Bỗng trong số môn sinh có người lên tiếng nói. Không khí trở lại yên lặng, ngay cả tiếng con muỗi bay vo ve vẫn nghe rõ. Mọi người chăm chú nhìn đến chỗ phát ra tiếng nói. Chẳng ai khác, đó là Trương Kiều, chàng dõng dạc nói lớn:

-Thưa các huynh đệ, sư phụ đã nói lên những lời tâm huyết tận đáy lòng, các huynh đệ hãy lắng nghe cho rõ và chúng ta còn phải tìm cách để cứu chữa cơn bệnh ngặt nghèo cho sư phụ, còn việc đi đến núi Hy Mã Lạp Sơn để tính sau, chúng ta cần phải giải quyết việc trước mắt là lo tìm thuốc, tìm lương y về chữa bệnh cho sư phụ là cấp bách.

Mọi người đều lên tiếng đồng ý tuy nhiên một số huynh đệ không chấp thuận, tuy không nói ra, nhưng trong lòng chỉ muốn tiếp tục đi để đạt được kết quả mong muốn. Bởi có nhiều trường hợp xảy ra như thế, cho nên xã hội nào cũng thế, rất ư phức tạp không ai giống ai. Thế gian này còn lắm đảo điên chỉ trong một số người nho nhỏ đã có nhiều ý tưởng khác nhau.

Lúc bấy giờ, sư phụ ngồi yên giống như tọa thiền, số môn sinh tiếp tục bàn thảo, kẻ ý này người ý kia. Trong số đó lại có thêm môn sinh tên Lâm Thế Kiệt, người này vóc dáng cũng không thua gì những tay đô vật, tánh tình trầm lặng ít xen vào những việc bàn thảo nói năng qua lại. Nhưng nay lại lên tiếng:

-Này các huynh đệ chúng ta hãy bắt tay vào việc ngay, đôi mắt của sư phụ có vấn đề. Chúng ta nên bàn thảo kế hoạch tìm một nơi nào đó yên tịnh để sư phụ có nơi nghỉ ngơi rồi tìm phương cứu chữa. Sau đó chúng ta sẽ tiếp tục cuộc hành trình thời gian không thể chần chờ, tôi thấy đó là kế hoạch khả thi.

Đêm đã về khuya cuộc họp kết thúc. Theo ý kiến đã được quyết định ngày mai đoàn xạ tiến dưới danh hiệu "Thuận Phong Tiến" sẽ lên đường, với tinh thần hiếu kỳ quyết đến vùng đất lạ nên chia làm ba toán. Ba hướng đi với ba mục đích khác nhau. Người xưa từng nói rằng:

"Hữu cầu mạc như vô cầu hảo

Tiến bộ ná hữu thoái bộ cao”
(Hữu cầu sao tốt bằng vô cầu
Tiến nào cao được bằng thoái đâu)

Mọi người còn đang bâng khuâng ai nấy cũng có ý nghĩ riêng.

Sư phụ bèn nói tiếp: “Thói đời thường cho rằng tiến mới là vẻ vang, là vinh dự, mà không biết rằng con đường thoái trong nhân sinh vẫn có cảnh giới đặc sắc riêng. Cuộc sống tiến lên trước mới chỉ là một nửa, phải thêm vào một nửa sau, nghĩa là biết cách thoái lui thì cuộc sống mới đầy đủ trọn vẹn. Chúng ta muốn có đủ sức đi hết con đường xa diệu vợi thì phải biết nghỉ ngơi lấy sức, an dưỡng thần trí. Chúng ta muốn hoàn thành công việc quan trọng thì phải lo tích lũy “nội lực” cho thâm hậu. Ví dụ, như người nông phu cấy mạ (lúa) vừa cấy vừa lui, lui đến tận cùng thì khắp ruộng đầy mạ non xanh mượt. Bởi thế, tiến thật sự, đôi lúc lại nhờ vào thoái lui làm nền tảng trợ lực.”

Cuối cùng còn lại một số môn sinh trung thành, có tấm lòng hiếu kính đưa sư phụ về nơi trú ẩn an toàn. Trong đó có cả Trương Kiều cũng âm thầm theo bảo vệ đoàn trở về nơi trú ẩn trên hang động hiểm hóc, núi cao chập chùng chẳng ai tìm đến.

Rồi từ đó Trương Kiều an tâm một thân một mã trên tay với chiếc cung quyết ra đi tìm cho được thần dược đem về chữa bệnh cho sư phụ. Nếu không tìm được linh dược Trương Kiều xin thề sẽ không quay về gặp mặt sư phụ và các huynh đệ trong môn phái.

“Một đi không trở lại, nếu chưa đạt được ý nguyện”.

Sau những ngày tháng vật vả trên đường đi, một đêm nọ vào ẩn thân tại Phổ Đà Sơn, cảnh vật nơi đây thật là hoang vu, núi rừng dày đặc. Đời sống cơ cực nhưng các môn sinh vẫn khắc phục lo chu toàn cho sư phụ có nơi ăn chốn ở an toàn.

Một hôm đẹp trời, nhân tiết tháng ba hoa nở khắp núi đồi, mùi hương lan tỏa khắp nơi nơi, nhưng sư phụ bấy giờ đôi mắt không còn sáng tỏ, chỉ ngửi mùi hương cũng có thể đoán biết thời tiết bên ngoài. Chợt sư phụ nhớ ra điều gì đó bèn gọi các môn sinh lại nói rằng: "Này các con, các con còn nhớ hay không?"

-Dạ thưa, chúng con không nhớ rõ, kính xin sư phụ chỉ dạy.

-Vào một đêm nọ trên đoạn đường quay về.. .Chúng ta có nghỉ lại ở một ngôi chùa trên đỉnh núi, vào khoảng giờ sửu đêm nọ, có nghe một vị thầy công phu khuya qua lời tựa chú Lăng Nghiêm:

"Diệu trạm tổng trì bất động tôn, Thủ Lăng Nghiêm vương thế hy hữu. Ngũ trược ác thế thệ tiên nhập, như nhứt chúng sinh vị thành Phật, chung bất ư thử thủ nên hoàn..."

Đó là lời, (phát nguyện của Tôn Giả A Nan. Vì cuộc đời nhiều đau khổ Đức Phật mới thị hiện để cứu khổ, cảnh đời lầm than Đức Phật thuyết pháp chỉ dạy cho chúng sanh phải biết nương theo giáo pháp của Ngài để tự tu, tự thoát ra khỏi cảnh trầm luân khổ ải)

Trước khi mọi người chia tay, thấy sư phụ đương lâm bệnh nên vị thầy ấy có lời khuyên răn rằng: Bồ Tát Duy Ma Cật nói:

"Vì chúng sinh bệnh cho nên tôi bệnh" Chúng ta đã thường nghe: "Nơi nào khổ đau thì nơi đó có Bồ Tát thị hiện." Lòng từ bi được thể hiện qua sự cứu khổ của Bồ Tát Quán Thế Âm. Hay như Tôn Giả Phú Lầu Na Bạch Phật, xin đi đến nước Du Lô Na ở phương Tây để hóa độ. Nghe vậy, Đức Phật bảo:

"Này Phú Lầu Na, dân xứ Du Lô Na hung dữ, khi thấy con đến nước họ, họ sẽ dùng lời chửi mắng con.

–Bạch Đức Thế Tôn, như vậy dân xứ Du Lô Na hãy còn hiền thiện, mà họ chưa lấy sỏi đá quăng ném con.

–Nếu họ lấy ngói sỏi quăng ném con thì sao?

–Bạch Đức Thế Tôn, họ còn hiền thiện, vì họ chưa lấy gậy đánh đập con.-Nếu họ lấy cây gậy đánh đập con thì sao?

–Bạch Đức Thế Tôn, họ hãy còn hiền thiện, vì họ chưa lấy giáo mác đâm chém con.

-Nếu họ lấy giáo mác đâm chém con thì sao?

-Bạch Đức Thế Tôn, con sẽ cám ơn họ, vì nhờ họ mà con kết thúc cái thân già cả ốm yếu, nhiều sự khổ đau bất tịnh này.

Sau lời giảng đó vị thầy có gởi tặng một số kinh sách...!

Vậy các con có còn nhớ hay không?"

-Vâng! Chúng con đã mang về đây đầy đủ, sư phụ an tâm.

-Được! tốt lắm,

-Các con có thể thay phiên nhau đọc cho thật lớn và chậm rãi rõ ràng, ta có thể ngồi xếp bằng định tâm học cho kỳ thuộc kinh Lăng Nghiêm.

-Vâng! Chúng con, ngày hai thời quyết tâm trì niệm chuyên cần miễn sao sư phụ an tâm tiếp nhận những lời Phật thuyết trong kinh hầu mong tiêu trừ nghiệp chướng, đôi mắt sư phụ sẽ sáng lại như xưa.

-Được, kể từ ngày mai các con sẽ giúp cho ta. Kỳ này ta quyết giữ tam nghiệp thanh tịnh (thân, khẩu, ý) tu tập, mọi việc các con hãy thay ta định liệu.

-Rồi từ đó, hằng ngày sư phụ dốc lòng học những bài kinh như: Thủ Lăng Nghiêm, Bát Nhã, Đại Bi v.v...bằng cách nghe qua các môn đệ đọc tụng, vì đôi mắt chưa có thuốc cứu chữa vẫn còn đang chờ đợi. Nhưng sư phụ lúc nào cũng thản nhiên và rất tinh tấn trên bước đường tu tập. Nhờ sự thông minh căn cơ sẵn có và tinh tấn, chẳng bao lâu sau việc tu trì của sư phụ có tiến bộ khá nhiều. Thời gian cứ thế trôi đi, không còn bận tâm với trần thế nữa. Thời gian đã xói mòn đi khá nhiều với những ai đã từng hò hét trên sa trường. Bỗng chốc đã hiểu đạo thâm nhập lời kinh tiếng kệ đã trở thành, thiền sư ngày ngày an tọa trên những tảng đá.

Một thoáng trôi qua, không dừng lại, năm, tháng trôi qua mau như gió thoáng qua cửa sổ. Vạn vật đổi thay, ngay cả con người cũng thế, ai chưa qua, chưa thấu rõ đoạn trường:

"Lữ khách đến nắng chiều vụn vỡ
Bóng tà dương le lói đôi bờ
Sóng biển gọi yêu thương đồng loại
Chuyện hôm qua ảo ảnh phai mờ"
   Thanh Trí Cao

Nhắc đến Trương Kiều đã ra đi chưa về gặp lại sư phụ, vì chưa hoàn thành sứ mệnh. Dù năm, tháng trôi qua chàng cũng phải trả một giá rất đắt khi đi **"tìm linh dược"** chữa bệnh cho sư phụ. Có nhiều lúc chàng tưởng mình như đã bỏ cuộc rồi, nhớ lại những đoạn trường ấy như: chàng đã từng nếm trải, cứu người, gặp nạn...Cuối cùng chàng cũng vượt qua tất cả khó khăn nhưng vẫn chưa tìm ra linh dược, vậy linh dược đó hiện đang ở đâu?

Vào một bữa trưa tháng tư nhằm ngày Đức Phật Đản Sinh (rằm tháng tư) năm ...Chàng đi lạc vào ngôi chùa Bạch Vân Sơn trên đỉnh cao, may mắn nhằm lúc tại đây tổ chức ngày Đản Sinh của Đức Thích Ca Mâu Ni Phật, chàng quỳ xuống chắp tay tâm thanh tịnh, một lòng tha thiết cầu nguyện. Sau đó, chàng lại hỏi thăm đường để tiếp tục cuộc hành trình.

Bỗng nhiên chàng nhìn thấy một số người đang chen nhau xem bảng yết thị bên đường tại làng...xã...thuộc tỉnh Quế Lâm, Trung Quốc. Chàng vội vàng bước tới xem hư thực ra sao. Với tính tình trầm lặng cho nên chàng chờ cho hết người xem chàng liền tiến tới.

Được biết tỉnh này sẽ có cuộc thi bắn cung do một đoàn xạ tiến của triều đình tổ chức. Chàng ghi ngay ngày tháng và đọc chú thích ...Đúng như ý chàng mong đợi xưa nay. Tỏ vẻ mừng thầm hăng hái đem cung tên ra tập dượt chờ ngày thi thố tài năng.

Nắng gay gắt của mùa Hè tạo nên cảnh vật khô cần nhìn bãi cỏ hoang chúng thật xơ xác, không còn tươi xanh như những ngày đầu Xuân.

Tiếng trống thúc giục cuộc thi cung tiễn đã vang lên đấu trường. Mọi người nô nức kéo đến thật đông đảo xem tài nghệ những tay cung tiễn thiện xạ từ khắp nơi quy tụ lại. Ai nấy hớn hở mong phần thắng về mình. Tiếng nói tiếng cười, vang lên khắp một góc trời chẳng khác nào ngày hội lớn. Có nhiều quan lớn từ triều đình về chứng minh. Giải thưởng được trao tặng khá nặng kim ngân. Bởi thế, ai nấy cũng mong chiếm đặng. Trương Kiều không dám tự hào như trước mà dồn tâm trí cho cuộc thi tuyển này. Nhớ đến sư phụ đang lâm trọng bệnh chàng cảm thấy xót xa cho số kiếp con người không làm sao tránh khỏi bốn quy luật của tạo hóa: "sanh, lão, bệnh, tử".

Chàng đi thật nhanh, bấy giờ đã có người vào sân bãi trổ tài rồi, trong tiếng reo hò vang lên. Cuộc thi này thật là sôi nổi, cứ thế tiếp tục diễn ra, mọi người tham dự quên cả ăn uống và thời tiết oi bức...Những cảnh bắn cung thật là ngoạn mục, những tay xạ tiễn thật là điêu luyện, chàng không thể ngờ trước được. Xưa nay cứ tưởng mình là anh hùng xạ tiễn trong thiên hạ...Đang mải suy tư bỗng nghe gọi đến số của mình cũng là người cuối cùng cuộc thi. Trương Kiều bước đến sân bắn, khác hẳn mọi người, không cần phải đưa cung tên lên ngắm mục tiêu mà chàng chỉ quay lưng lại lắp mũi tên rồi quay mặt ra phía mục tiêu nghe phạt… phạt ...phạt..., mũi tên ghim chính xác tiếp theo mũi thứ hai, thứ ba nhanh như chớp đều ghim vào phía sau của mỗi mũi tên. Có nghĩa là mũi thứ hai ghim vào đuôi của mũi thứ nhất và mũi thứ ba ghim vào đuôi mũi thứ hai, tạo thành một mũi tên dài, tất cả mọi người có mặt tại đấu trường đồng ồ...lên một tiếng thật lớn và không ngớt lời khen ngợi – tuyệt quá-tuyệt quá – giỏi quá. Mọi người hò reo và la lớn: anh ấy rất xứng đáng, thiện xạ...thiện xạ, độc nhất vô nhị...!

Vị chánh chủ khảo tuyên bố thí sinh Trương Kiều trúng giải nhất cuộc thi này, rồi bước đến trao phần thưởng và dặn dò chàng nhớ đến đúng giờ, sáng mai là cuộc thi chung kết.

Sáng hôm sau, khi mặt trời vừa ló dạng Trương Kiều đã có mặt, chàng còn đang bâng khuâng thì nghe tiếng cười kha khả:

"Con đợi ta có lâu không?"

Chưa kịp trả lời. Vị chánh chủ khảo ném lên không trung một trái táo, rồi dương cung bắn. Chàng lanh tay dương cung nhanh như cắt mũi tên của chàng, ghim trúng ngay mũi tên của vị giám khảo cả hai đều rơi xuống đất. Vị chánh chủ khảo liền nói: "Con giỏi lắm – giỏi lắm, ta chọn con...".

Cuối cùng, kết thúc cuộc thi cung tiễn. Vị chánh chủ khảo không ngớt lời khen thật tuyệt vời...tuyệt vời. Rồi sau đó vị chánh chủ khảo sai người đưa Trương Kiều về phòng riêng hỏi sơ qua lý lịch như: quê quán – tên sư phụ của con, thuộc môn phái nào trong võ lâm, vì sao con biết có tổ chức cuộc thi tuyển này và còn gợi ý sẽ đưa chàng vào triều đình...Sau khi Trương Kiều thưa trình tất cả những gì vị chánh chủ khảo hỏi. Trương Kiều nói rõ về bệnh tình của sư phụ chàng- thì vị chánh chủ khảo nói rằng: "con đã có phúc duyên lớn, ta có linh dược sẽ tặng con để về chữa lành cho sư phụ."

Dứt lời vị chánh chủ khảo chính tay trao cho Trương Kiều một bình "linh đơn và một quyển kinh" được gói kỹ trong bọc vải đỏ, dặn do kỹ lưỡng, trước khi chia tay.

Sau những tháng ngày dài đăng đẳng chàng đã toại nguyện đem "linh dược" về cho sư phụ, niềm vui - nỗi buồn xen lẫn khiến chàng không sao kể xiết. Một thoáng nhìn khác hẳn năm xưa 180 độ quay nhanh, chàng từ ngạc nhiên này đến ngạc nhiên khác. Khi thấy sư phụ thay đổi hoàn toàn cặp mắt vẫn như xưa tuy không sáng nhưng sư phụ tánh tình khác hẳn. Trông như một thiền sư đạo mạo, những lời kinh tiếng kệ vang lên trong hang động, nơi đây chẳng khác nào chốn thiền môn ai nấy cũng được sư phụ giáo hóa cho nên họ rất hòa thuận và tu tập học hỏi với nhau.

Sau khi trình bày mọi vấn đề. Sư phụ vui vẻ nói rằng:
"Ta cũng đã mãn nguyện lắm rồi, nay các con quy về đây đông đủ ..."

Sư phụ nói tiếp: "Mắt ta tuy chưa sáng, dù có linh dược hay không có đi chăng, nhưng tâm ta an vui và thoải mái không bị ràng buộc bởi hỷ, nộ, ái, ố, nay mắt chưa sáng nhưng tâm sáng, nhiệm mầu thay! giáo lý của Đức Phật đã đưa ta đến tỉnh thức, thoát khỏi bến mê. »

Sư phụ dứt lời, chàng liền dâng linh dược và quyển kinh lên sư phụ. Khi nghe những lời sư phụ dạy bảo, chàng liền thức tỉnh chốn hồng trần lắm nỗi đảo điên

-"Cám ơn con đã vì ta lặn lội khắp nơi tìm kiếm linh dược mang về".

Tuyệt diệu thay! Khi sư phụ mở lọ linh đơn rồi xoa vào cặp mắt trong giây phút. Hình như có sự nhiệm mầu của Đức Quán Thế Âm đã khiến cho đôi mắt sáng lại như xưa.

-Này các con có biết quyển sách này tên gì hay không, khi sư phụ giơ cao quyển sách. Và nói: "Quyển Sách này là Lương Hoàng Sám, rồi đây ta sẽ in ra thành nhiều cuốn để cho các con cùng ta học."

Sau khi các huynh đệ chứng kiến sư phụ đã bình phục trở lại, và phát tâm tụng Lương Hoàng Sám trong những ngày tháng còn lại. Quả thật, sư phụ có phúc duyên gặp phải thuốc hay thầy giỏi. Nhờ vào sự thành tâm tụng niệm, cho nên ai nấy cũng đều kính phục. Sư phụ còn giảng giải thêm cho các con hiểu? Trong kinh Bát Nhã có câu:

" .. .Thị chư pháp không tướng, bất sanh, bất diệt, bất cấu, bất tịnh, bất tăng, bất giảm. Thị cố không trung vô sắc, vô thọ, tưởng, hành, thức, vô nhãn, nhĩ, tỷ, thiệt, thân, ý . . . .

. . . .

tâm vô quải ngại, vô quải ngại cố, vô hữu khủng bố, viễn ly điên đảo mộng tưởng, cứu cánh Niết Bàn. Tam Thế Chư Phật Y Bát Nhã Ba La Mật Đa . . . . "

Chàng nghe xong liền thức tỉnh như người sau một cơn mê, đói được ăn khát được uống. Thế rồi, sau khi nghe sư phụ kể lại những nỗi vất vả khi không nhìn thấy mặt trời, mọi người ai nấy đều vui vẻ chúc tụng sư phụ những lời tốt đẹp.

Trương Kiều hớn hở mừng reo lên, khiến cho huynh đệ đều vui theo. Ba ngày sau đó chàng lặng lẽ lạy tạ sư phụ rồi chào các huynh đệ ra đi, vào nơi thâm sâu cùng cốc, núi rừng yên tỉnh với chí nguyện xuất gia cầu Phật là đạo giải thoát, rồi chàng liền đọc những câu kinh:

"...Nguyện ngã tội chướng tất tiêu diệt
Nguyện ngã thiện căn nhựt tăng trưởng
Nguyện ngã thân tâm hàm thanh tịnh
Nguyện ngã nhứt tâm tảo thành tựu
Nguyện ngã Tam muội đắc hiện tiền
Nguyện ngã Tịnh nhơn tốc viên mãn
Nguyện ngã Liên đài tự tiêu danh
Nguyện ngã Kiến Phật ma đảnh ký
Nguyện ngã Dự tri mạng chung thời
Nguyện ngã Vãng sanh Cực Lạc Quốc..."

Không từ mà biệt, kể từ khi ấy không ai còn thấy bóng dáng tráng sĩ xạ tiễn Trương Kiều đâu nữa…! Trong huynh đệ ai nấy cũng đều tán thán chàng trong tinh thần kham nhẫn chịu đựng quyết chí không bỏ cuộc tìm cho được linh dược về chữa bệnh cho sư phụ.

Mùa Phật Đản - PL 2552
  Santa Ana 6/5 /2008

Nhuận Hùng

TẤM LÒNG NGHĨA HIỆP

Cảnh vật ở đây hình như đã thay đổi và khác hẳn khi xưa. Đúng vậy, vật đổi sao dời, một phần tư thế kỷ tuy ngắn ngủi, nhưng cũng có thể làm thay đổi một cục diện, một thể chế chính trị hay nói một cách khách quan. Một triều đại, vị vua nào lên nắm quyền đều có sự thay đổi cả, ví dụ như một cơ sở hay một công sở nho nhỏ khi đổi chủ đều phải thay đổi giờ giấc hoặc nhân sự huống hồ chi cả một quốc gia. Vận mệnh đất nước nào, vẫn tùy theo vị vua lãnh đạo có đức độ hay ngược lại chỉ một thời gian là dân chúng đoán ra liền, bởi vậy người xưa có câu:

"ý dân là ý trời".

Cho dù hoàn cảnh có ra sao quốc gia nào, xưa hay nay cũng thế thôi. Vua mẫu mực biết yêu thương và lo lắng bá tánh làm cho đất nước thăng hoa giàu mạnh - thịnh vượng, do đó được dân chúng ban tặng cho một mỹ từ "minh quân", ngược lại những kẻ tham ô tàn bạo, ngày đêm tửu sắc vô độ thì đó là kẻ "hôn quân".

Nhắc đến, vị vua trước đã gây không biết bao nhiêu lầm than cho đồng bào ruột thịt của mình, để rồi nhà vua ra đi cũng chẳng mang theo được gì.

Hai Hoàng Tử lớn đều chết cả, Hoàng Tử Út lên kế vị, tính đến nay cũng đã khá lâu. Mười lăm năm trên ngai vàng, Hoàng Tử Út cũng đã trải qua rất nhiều gian truân và đương đầu - đấu trí với những vị đại thần có công được phong danh hiệu "khai quốc công thần" nhưng lâu ngày rồi cũng tham ô dẫn đến lạm dụng chức tước quyền hành, làm nhiều điều trái với lương tâm ỷ mạnh hiếp yếu, hà hiếp dân lành, khiến cho bá tánh tán thán...Vị Hoàng Đế này tuy tuổi còn trẻ nhưng luôn luôn có tấm lòng vị tha, biết thương yêu dân lành và cân nhắc từng sự việc, xử lý liêm minh, trên tinh thần cầu tiến tạo nhiều cơ hội tốt, cho kẻ hậu học, mở trường đào tạo nhân tài. Vững tay chèo lèo lái vương quyền, đưa quốc gia từ chỗ thấp kém đến phồn vinh, thịnh vượng đức độ của Ngài rất bao la luôn hướng đến con đường "Chân-Thiện-Mỹ". Chẳng những vậy ngài còn khuyến hóa mọi dân chúng nên đi trên con đường chánh đạo và áp dụng giáo lý Phật đà triệt để trong mọi sinh hoạt thường nhật...!

Quả thật, quá khứ không thể phai mờ theo năm tháng tại làng...xã tỉnh...có một gia đình họ Khương Lão chuyên sống về nghề bốc thuốc và trị bệnh (Đông y) rất tuyệt vời. Ông đã chết vì hỏa hoạn, chẳng những vậy, mà cả làng bị thiêu hủy do ngọn lửa oan trái mà không biết bao nhiêu người phải gánh chịu (già trẻ lớn bé) làng ấy không còn một ai sống sót. Được biết năm xưa triều đình cho người đến trừng phạt, nhưng không rõ lý do.

Trong số người ấy có gia đình Khương Lão qúa bất hạnh, gặp phải cảnh trớ trêu không sao kể xiết! Thế nhưng trong rủi có may hoặc ngược lại trong may có rủi, nếu như mình lành nhiều điều bất thiện.

Sự cộng nghiệp của một gia đình hay xã hội đều có duyên kiếp với nhau cả. Không biết chừng kẻ bất hạnh lại mang hạnh nguyện của vị Bồ Tát "hóa thân" phải chịu trăm đắng ngàn cay để làm những việc ích nước lợi dân về sau.

Nhắc đến vị vua tiền nhiệm, khi trước bởi vì quá thương con. Cho nên khi gặp nghịch cảnh đưa đến, không thể chịu nổi một lúc hai người con cùng chết một lúc, mất bình tỉnh nghe những lời không đúng sự thật của bọn gian thần dẫn đến những việc chẳng hay đến với gia đình Khương Lão. Một người con lớn rất giỏi về lương y bị kết tội đã cho Hoàng Tử thứ hai uống thuốc độc chớ không phải thuốc bệnh cũng vì sự ganh tỵ mà ra. Dẫn đến hậu quả tù tội suốt mấy chục năm đày đi biệt xứ. Đã vậy, nhưng chưa đủ gia đình ông còn gặp đại nạn bị hỏa thiêu cảnh cả làng không còn ai sống sót. Cũng vì sự ganh tỵ nghề nghiệp mà ra. Trong tù người con nghe tin gia đình mình cùng làng xóm bị thiêu hủy vô căn cớ nhưng cũng chẳng biết than thở cùng ai chỉ cầu nguyện cho mọi người mà thôi. Chính bản thân chàng còn mang phải chiếc vòng oan nghiệp.

Nhưng chàng cố gắng vượt qua mọi thử thách để hóa giải nghiệp quả của mình, từ tiền kiếp đã tạo ra. Cho nên hôm nay luôn luôn sám hối nghiệp chướng. Cầu mong sao sớm thoát khỏi chốn lao lý. Nếu đã vào tù rồi thì không còn cách nào, để diễn tả cảnh địa ngục trần gian. Xưa có câu:

"Nhứt nhật tại tù, thiên thu tại ngoại".
(Một ngày trong tù hơn ngàn ngày bên ngoài)

Thử nghĩ, những oan hồn bị ngọn lửa vô cớ thiêu đốt năm xưa làm sao họ có thể siêu thoát được? "Oan oan - tương báo" đến bao giờ mới chấm dứt được. Quả thật, câu chuyện này không đơn thuần chút nào cả, hậu quả sẽ ra sao?

Thế nhưng, đời vẫn còn nhiều khúc quanh uẩn khúc với bao nhiêu người chết oan uổng cũng vì kẻ có quyền lực mà áp bức bao người khốn khổ. Vẫn biết rằng dĩ vãng sẽ trôi theo dĩ vãng, giòng đời vẫn lặng lẽ đi qua nhưng âm hưởng (tốt hay xấu) vẫn còn vương vấn đến ngày sau.

Vào một buổi đẹp trời nọ, trên đỉnh Tuyết Sơn xuất hiện một chàng trai tuấn tú, rất tinh thông về y thuật. Chẳng những vậy chàng còn là một tay giỏi võ thuật. Những môn võ "bí truyền" hầu như chàng đã được học lại từ một vị Cao Tăng "ẩn danh" truyền thụ. Không hiểu chàng "này" xuất thân từ đâu thuộc môn võ nào hay đệ tử của ai mà sao tiếng đồn vang khắp mọi nơi. Sau khi rời khỏi Tuyết Sơn, chàng nhớ lại lời sư phụ dặn trước khi hạ san: "Hy vọng chuyến đi này con sẽ làm rạng danh cho môn phái".

Hai thầy trò chia tay trước hang động, những lời nhắc nhở của sư phụ chàng vẫn nghe văng vẳng bên tai.

"Khi mê nhờ thầy độ, ngộ rồi thì phải tự độ...".
(Ngũ tổ - Hoằng Nhẫn)

Thật chí lý cho nên chàng luôn luôn khắc cốt ghi tâm và quyết thực hiện cho bằng được

Năm tháng...bôn ba khắp nẻo đường, sau khi hạ san chàng phải trải qua bao gian khổ và chấp nhận cuộc sống mới hòa nhập vào giòng người ô hợp, giàu, nghèo sang hèn, trí thức khoa bảng, bình dân, giang hồ, lương thiện chàng đều trải qua cả.

Năm năm trôi qua!

Cũng đủ cho chàng thấm mùi đắng cay của xã hội cơm , áo, gạo, tiền làm sao tránh được cảnh tranh giành, mạnh hiếp yếu giàu lấn nghèo...Những cảnh ấy đều ghi rõ vào tâm trí của chàng. Để rồi chàng càng trầm tĩnh và phán đoán từng công việc hoặc biết được sự cạnh tranh của kẻ tiểu nhơn luôn rình rập để hại người nhẹ dạ.

Hình ảnh xa xưa của sư phụ trên ngọn Tuyết Sơn từng thế võ, từng bài quyền (truy hồn đoạt sát) từng lời chỉ dạy đều khắc kỷ ghi tâm. Dù phải vượt qua bao gian khổ tìm cho ra lẽ thật, để chứng minh gia đình họ Khương không phải là hạng người nham hiểm chế độc dược hại người mà phải mắc tội với triều đình. Để rồi cả làng bị chết oan uổng. Nghĩ như thế chàng đã thiếp đi trong một giấc ngủ dài. Khi chợt tỉnh đã thấy mình đang ở một nơi xa lạ. Nhìn cho kỹ giống như một trại lính đang đóng đồn ở đâu đó! Khi hỏi ra thì mới rõ mình đã ngất xỉu ba ngày rồi, nhóm lính này đã đưa về trại và cứu sống. Lúc bấy giờ hồn phách chưa tỉnh hẳn nên chàng tịnh tâm cố nhớ lại sự kiện…Chợt lúc có một người lính nhỏ nhanh nhẩu liền nhắc lại. Này anh bạn: "Đừng bận tâm chi nữa, anh sống là chúng tôi mừng rồi." Chưa hiểu rõ những người lính này đang nói gì về mình. Thì có một người lính khác cũng bị thương, băng vải trắng quấn vào tay cũng liền nói ngay: "May quá không có đại hiệp ra tay cứu giúp thì bây chúng tôi thành thây ma rồi. Đâu còn mà khoát lát nữa. Ơn này chúng tôi xin mãi khắc ghi trong lòng, hẹn ngày sẽ đáp đền".

Lúc bấy giờ trời cũng đã về chiều rồi, không khí trại lính lúc nào cũng căng thẳng cả, kẻ đi qua người đi lại đều mang gươm giáo cả. Thật không hiểu vì sao mình lại bị lạc vào khu gia binh này sống chung với đám lính của triều đình. Thấy chàng đang trầm tư suy nghĩ, liền có một người ăn mặc binh phục chỉnh tề trông vẻ oai phong, có lẽ đây là cấp chỉ huy của chúng, ông ta liền bước vào trại, mọi người đứng lên nghiêm chỉnh chào.

Sau khi nghe kể lại câu chuyện chàng mới chợt tĩnh lại và nhớ ra rằng. À, thì ra hôm trước, trên đường gặp phải nhóm người đang đánh nhau kịch liệt, không thể làm ngơ, bèn ra tay làm nghĩa hiệp "thế thiên hành đạo" cho nên liền xông vào cứu nhóm lính ít người này. Không ngờ nhóm lính này lại là người của triều đình mang "mật lệnh" đi bị bọn thích khách theo dõi ám hại, chúng mặc toàn đồ đen bịt mặt không hiểu là ai mà lại quá đông người sao lại hành hung kẻ yếu, thế cô. Nên chàng mới ra tay nghĩa hiệp, cứu được họ, nhưng người nào cũng bị thương tích đầy mình. Sau khi có toán quân tinh nhuệ kịp thời tiếp cứu, và chữa lành vết thương cho mọi người. Trước khi trở về trình diện nhà vua, lúc đó dùng quá đánh gục hết đám thích khách ngất xỉu nên chàng cũng bị áp giải đi chung với đám lính bị thương tích đó. Trên đường về hoàng cung, họ còn nói với chàng "tân hoàng đế trẻ" rất trọng những anh tài dám xả thân cứu người khi gặp hoạn nạn. Xưa Khổng Tử có câu:

"Kiến lợi tư nghĩa, kiến nguy thụ mệnh"
(Thấy lợi thì suy nghĩ đạo nghĩa, thấy nguy nan thì dấn thân trao sinh mệnh)

Tạm dịch: Khi thấy lợi ích vật chất, thì suy nghĩ đến đạo nghĩa; khi thấy quốc gia lâm nguy, thì nguyện dấn thân phó thác sinh mệnh. Đó mới là nhân vật lớn, là người đại nghĩa.

Hoặc là:

"Quân tử hữu cửu tư: thị tư minh, thính tư thông, sắc tư ôn, mạo tư cung, ngôn tư trung, sự tư kính, nghi tư vấn, phẫn tư nan, kiến đắc tư nghĩa".

Tạm dịch: Quân tử có 9 điều luôn lo nghĩ:
Khi nhìn nhận cần suy xét xem có nên nhìn thông suốt hay không?
• Khi nghe cần tự cân nhắc có nên nghe rõ hay không?
• Cần tự xét xem thái độ, sắc mặt của bản thân mình có ôn hòa hay không?
• Cần tự xét xem dung mạo của bản thân có khiêm tốn hay không?
• Cần tự vấn xem trong lời nói của mình có đủ sự trung thực hay không?
• Khi hành sự cần phải tự hỏi bản thân có cung kính, nghiêm túc hay không?
• Khi gặp điều nghi vấn cần tự vấn bản thân hay có nên hỏi người khác hay không?
• Khi phẫn uất, giận dữ cần phải tự hỏi mình, có gây ra hậu họa gì không?
• Khi đạt được lợi ích tiền tài cần tự vấn, xem như vậy có phù hợp với nhân nghĩa hay không? (Lời dạy của: Khổng Tử)

Sau khi thi hành công vụ xong, nhóm lính khoảng chừng mười hai người tuy võ nghệ rất cao cường, nghe nói họ là những cao thủ trong đại nội, giết người trong chớp mắt nhưng đối với chàng chẳng là gì cả. Dù rằng chi nữa cứu được người là chàng vui rồi. Vì sư phụ đã từng nói kẻ xấu thì mình phải hướng cho họ trở lại con đường tốt chớ nên đẩy họ vào con đường cùng, hãy xem họ như chính bản thân mình, vì chính sách cai trị hay đường lối chủ trương tàn bạo. Chứ con trong thế gian này ai ai cũng có tình yêu thương chân thật, nhưng vì bị hoàn cảnh hoặc vấn đề tư lợi nào đó, họ trở nên làm việc trái với lương tâm. Người xưa có nói:

"Nhân chi sơ tánh bổn thiện"
 (Có ai mới sanh ra mà ác đâu.)

Xét cho cùng, "Gieo nhân nào thì gặt quả ấy" luật nhân quả nay vẫn thế.

Về đến hoàng cung nhóm lính này cho chàng ăn uống và thay đổi quần áo chỉnh tề ra mắt nhà vua. Thật là ngỡ ngàng khi gặp mặt nhà vua, sau những cung cách do nhóm lính này hướng dẫn.

-Nhà vua liền lên tiếng hỏi rằng:
"Người từ đâu đến, quê quán...cần việc chi...? "

Chàng còn lúng túng chưa kịp trả lời.

-Thì có người đỡ lời nói ngay:

"Bẩm bệ hạ, chúng thần trên đường thi hành nhiệm vụ, gặp kẻ gian hành thích bọn, chúng quá đông. Nên y đã ra tay nghĩa hiệp cứu chúng thần. Nếu không có y nhiệm vụ, không thành, mà bản thân chúng thần không còn mạng về gặp bệ hạ.

-Mong bệ hạ hãy anh minh xem xét "nghĩa hiệp" xem y có thể giúp ích gì cho triều đình chăng?

-Thôi được, bãi triều. Việc này sẽ tính sau. Hình như nhà vua cũng chẳng mấy vui vẻ, khi gặp mặt chàng, vì nhà vua luôn luôn thận trọng, sợ kẻ gian trà trộn vào triều đình làm "nội gián" cho giặc rất là nguy hiểm.

Sau khi chàng là khách "bất đắc dĩ" của triều đình, nhà vua luôn luôn cho người canh gác cẩn mật, sợ có chuyện không hay xảy ra? Nhưng chàng lúc nào cũng bình thản, vì chàng không phải hạng người tranh ngôi đoạt vị. Bây giờ ở trong cung vua, ai nấy cũng cảm thấy như lên "thiên đình" còn chàng thì ngược lại. Cảnh kẻ ra, người vào canh gác nghiêm ngặt trong chốn hoàng cung, con vật đi ngang qua cũng không lọt, chẳng khác nào nhà tù. Nhất cử, nhất động mọi sự giao tiếp không giống bên ngoài chút nào. Sơ xuất một chút kể như là mất mạng. Riêng chàng đã quen rồi, hoàn cảnh nào cũng thích nghi được.

Mọi ý tưởng chàng vẫn thản nhiên. Sự im lặng ấy khiến cho lính hầu trong cung mang tin đến bẩm báo với nhà vua rằng: "Kẻ này không phải là người bình thường như bệ hạ tưởng, trông hắn lúc nào cũng ngồi xếp bằng không trò chuyện với bất cứ một ai". Khiến nhà vua đa nghi, âm thầm cho người tiếp tục theo dõi. Thời gian giam lỏng chàng, chẳng phát hiện được gì…!

Mười ngày sau nhà vua cho mở một buổi thi thố võ công lẫn văn chương xem tài năng của chàng ra sao? Mọi tin tức được thông báo gấp rút chẳng mấy chốc hào kiệt, khắp nơi kéo đến rất đông.

Buổi thi tuyển do nhà vua quyết định. Ba hồi trống vang lên, không khí triều đình náo nhiệt hẳn lên như ngày lễ hội, tuy không chuẩn bị trước nhưng cũng thật là sôi nổi.

Khi gọi đến tên chàng để ra tham dự, chàng nói rằng:

"Xin thưa, cùng các bậc cao thủ võ lâm. Hạ thần đến đây diện kiến nhà vua, chớ không phải tranh tài, đoạt giải…!

Nhưng nhà vua vẫn tiếp tục tổ chức cuộc thi. Gần đến xế trưa cuộc thi sắp chấm dứt, cuối cùng cũng chọn ra một đối thủ "thượng thặng" để so tài với chàng. Nhà vua này làm như thế thật "độc chiêu" nếu chàng không đủ bản lãnh thì chỉ có con đường chết mà thôi, không cần tra khảo chi hết.

-Nhưng chàng vẫn bình thản trả lời:

"Hạ thần không muốn làm tổn thương đến ai cả, xin bệ hạ xá tội cho".

Nhưng nhà vua "trẻ" này vẫn giữ mực khư khư không thay đổi sắc mặt chút nào cả. Khiến cho mọi người càng thắc mắc. Thế chẳng đặng đừng, chàng bước đến đấu trường nhưng không ra vẻ tranh tài với ai cả, chỉ ngồi xuống kiết già trong tư thế tọa thiền hàng nhiều giờ bất động. Khiến cho đối thủ chẳng biết chiêu thức gì mà đấu dù giỏi cách mấy cũng phải chạy vòng quanh xem xét kẻ hở của đối phương.

Khiến cho mọi người chung quanh cả nhà vua, ai nấy cũng đều ngạc nhiên. Hai giờ đồng hồ trôi qua chưa phân thắng bại, vì quá nóng lòng đoạt giải vô địch cho nên võ sĩ kia dồn hết lực lao thẳng vào chàng, chẳng may không đạt được ý nguyện mà rơi xuống sàn đài đụng phải người đang tham dự. Buổi tỷ thí đến đây được kết thúc mọi người vui vẻ ra về. Riêng nhà vua cùng một số quan võ trong triều đình rất khâm phục và kính nể.

-Một vị tướng quân hùng hổ cất tiếng hỏi lớn: "Thưa đại sĩ không hiểu, ngài dùng thế võ gì, mà trông rất nhẹ nhàng vẫn hạ được đối phương?".

-Chàng chỉ liền mỉm cười đáp lại rằng:
"Vô chiêu - thắng hữu chiêu..."

Chàng được nhà vua phong thưởng rất nhiều bổng lộc và trao cho chàng nhiều chức tước quan trọng trong triều, nhưng chàng từ chối không nhận lãnh bất cứ một thứ nào. Thời gian lưu lại tại triều đình đàm đạo và trò chuyện...rốt lại chàng cũng quyết định ra đi nhà vua không thể nào ngăn cản được.

Trước giờ chia tay, chàng cũng không quên dâng nhà vua một tặng vật nho nhỏ do sư phụ trao lại gọi là quà kỷ niệm lúc chia tay.

-Nhà vua nhận lấy và mở ra ngay: "Ồ đây là "Bát Nhã Tâm Kinh" giáo lý Đại Thừa Phật Giáo mà bao nhiêu năm ta vẫn chưa hiểu ra được, thật là một đại nhân duyên hiếm có.

Nhà Phật có câu: "Vạn pháp đều do duyên mà có, còn duyên thì hợp - hết duyên thì tan".

-Nhà vua liền mở quyển kinh ra xem ngay liền đưa cho đại thần đọc cho mọi người cùng nghe. Nhà vua rất trịnh trọng lắng nghe từng câu một trong bài Kinh Bát Nhã:

"...Sắc tức thị không, không tức thị sắc thọ tưởng hành thức diệt phục như thị..." đọc tới đâu nhà vua cảm thấy như mình đang lạc một một thế giới cao siêu thoát ra vòng tục lụy của thế gian. Dù là vua chúa bạc vàng, chất ngất nhưng tâm hồn lúc nào cũng dẫy đầy phiền não và lo âu trăm mối...Sau đó nhà vua liền ra lệnh cho đại thần đọc bài thơ Tô Đông Pha cho mọi người cùng nghe:

"Lô sơn yên tỏa Chiết Giang triều
Vị đáo sinh bình hận bất tiêu
Đáo đắc hoàn lai vô biệt sự
Lô sơn yên tỏa Chiết Giang triều"

(Câu thơ vừa chấm dứt chàng liền cất tiếng nói rằng: "Trong đạo lý của thiền, một khi tâm và cảnh cùng tương giao tương ứng, không cốc truyền thanh, thì mọi hành vi đều là đạo. Mà cảnh là thiền thì lúc nào cũng như "Mù tỏa Lô Sơn khói Chiết Giang" cho nên tâm của thiền cũng luôn luôn tương ứng với "Mù tỏa Lô Sơn khói chiết giang" (Tô Đông Pha)

Nói dứt lời chàng liền từ biệt nhà vua và mọi người ra đi, có một vị quan hỏi vọng lại: "Người đi rồi bao giờ trở lại..."

-Chàng liền đáp: "Khi nào bệ hạ và các đại thần cần gặp kẻ cơ hàn, thì xin hãy đến Bạch Vân Am trên đỉnh Tung Sơn sẽ gặp...". Vừa dứt lời nói chàng gật đầu chào mọi người. Thẳng bước ra khỏi cung thành. Mọi người đều dõi mắt trông theo.

-Trước lúc đi chàng bèn nói rằng:

**"Đến đi không hẹn cùng ai,
việc đời như gió thoảng qua mau**".

Nhà vua tuy trẻ, nhưng cũng rất am hiểu giáo lý Phật đà nên thấy cảnh sinh lòng liền đáp lại rằng:

"Cảnh tịch an cư tự tại tâm
Lương phong xuy đệ nhập tòng âm
Thiền sàng thụ hạ nhất kinh quyển
Lưỡng tự thanh nhàn thắng vạn câm (kim)"
(Cư Trần Lạc Đạo – Trần Nhân Tông))

Nghĩa: (Cảnh tĩnh, khi tâm an nhiên tự tại, hay ngược lại, tâm an nhiên tự tại khi khám phá ra rằng cảnh luôn luôn vẫn tĩnh như thế. Rồi từ tâm ấy phát hiện ra, ứng với ngọn gió trong mát thổi vào hàng thông. Và tiền sư kế sàng ngồi dưới gốc cây, cùng với một quyển kinh. Đó là lúc hai chữ "thanh nhàn" đi về lồng lộng cao quý hơn cả mọi thứ sang trọng của trần gian).

Cảnh vật trở lại như cũ, kẻ đi người ở ngậm ngùi như nhau. Đó cũng là duyên đến, duyên đi. Chuyện đời không thể hẹn cùng ai. Nhưng chàng trai trẻ kia vẫn còn luyến tiếc điều chi, tuy chân bước đi nhưng lòng thổn thức ngẫu hứng liền ngâm nga:

"Từ trong hạt bụi bay bay
Có Tam Thiên Giới bờ này bến kia
Đâu là ngộ, đâu là mê?
Mưa lên trăm hướng cũng về biển xa"
                    (Hàn Long Ẩn)

Tóm lại bài này, nói lên Tấm Lòng Nghĩa Hiệp của chàng trai trẻ xả thân cứu người, nhưng cuối cùng còn bị nhà vua nghi là kẻ xấu, cho đám cường đạo bên ngoài vào triều đình thử sức. "Thiệt vàng thì chẳng sự chi lửa", nếu là hàng "dỏm" thì đâu còn mạng ngồi đó mà kiết già có phải không quý vị? Học đạo cũng thế, làm sao mà "loại" được "bản ngã" sống với chính "tâm từ- tâm bi" của mình, không tham – sân – si- mạn- nghi- ác – kiến làm được như thế, cũng tạm đủ làm hành trang trên bước đường tu tập. Tiến thân trên con đường giải thoát – hầu mong không còn lặn hụp trong chốn hồng trần này nữa, có phải không quý vị độc giả?

Vu Lan - Báo Hiếu, PL 2554 - 2010

Nhuận Hùng

"TÂM BẤT BIẾN...!"

Nói đến tâm, là chúng ta sẽ nghĩ ngay là trái tim ta, nhưng nói theo cách khác trong ngôn ngữ nhà thiền thì tâm không phải là trái tim nhục dục trong thân thể chúng ta mà tâm là một vật không thể nào nắm bắt được.

Theo tôi được biết, con người chúng ta có hai phần một là thể xác hai là linh hồn hay còn gọi là thần thức theo nghĩa đạo Phật gọi nôm na một cách khác là tâm, tâm theo nghĩa duy thức học trong giáo lý Phật đà "tâm" nó còn có rất nhiều loại như: tâm vương, tâm sở, tâm bất tương ứng hành…Nhưng bài viết này, tác giả không đi sâu và phân tích các loại tâm, mà chỉ nói về "tâm" mà thôi, **tâm bất biến giữa dòng đời vạn biến**, có nhiều lúc chúng ta mãi mãi đi tìm cái "tâm" không biết nó ở nơi mô? Ngự trị ra sao? Lớn hay nhỏ? Trong hay ngoài? Cứng hay mền, dày hay mỏng. Mà ta cứ mãi mãi đau khổ vì nó, lúc vui, lúc buồn, đến đi, bất chợt khiến chúng ta phiền não triền miên, mà chẳng biết "nó" ở đâu mà lôi ra mà trị tội...!

Dưới đây tôi xin được trình bày quý vị một câu chuyện ngắn: "Vào một thuở xa xưa ở tận chân trời góc bể của nước Âu Châu….tạm dấu địa danh thành phố. Nơi đó có một họa sĩ tài hoa tuổi còn rất trẻ chuyên vẽ tranh chân dung cho mọi tầng lớp (nam, phụ, lão, ấu…) rất nổi tiếng trong thành, tranh ông vẽ ra rất chuẩn mực nên gian hàng hội hội của chàng họa sĩ này rất được nhiều người ưa chuộng. Vì quá tài giỏi về "nghề nghiệp" dưng dưng tự đắc, xem việc làm của mình là "độc nhất – vô nhị" không còn đối thủ để so tài. Nên chàng họa sĩ này có bản tánh ương ngạnh ăn sâu vào tâm khảm. Chẳng khác nào trong giáo lý Phật đà có câu "Cái ta và cái của ta" Cái "bản ngã" ấy và sở hữu hội họa chuyên môn bó buộc, khiến chàng hội sĩ này "cố chấp, định kiến" cho mình là "số một" nếu ai đó tỏ vẻ coi thường tác phẩm, dù giá nào đi chăng nữa chàng cũng không cần bán tranh…cho khách hàng nữa…!

Một hôm nọ, có người thương gia từ xa nghe tiếng đồn tìm đến để nhờ họa sĩ vẽ cho một bức chân dung để lưu giữ về sau cho con cháu…Ông thương gia và họa sĩ tài hoa này thỏa thuận giá cả xong hẹn ngày vẽ và mời thương gia tới để là người mẫu. Thời gian trong công việc hoàn tất họa phẩm đã trôi chảy không có gì trở ngại cả. Nhưng oái ăm thay! Khi hoàn tất bức tranh chân dung này thì người khách thay đổi ý kiến không muốn nhận tranh của mình nữa, từ chối ra về chẳng chịu trả tiền công cho họa sĩ. Nhưng chàng họa sĩ vẫn vui vẻ không chút nào phàn nàn lộ ra trên vẻ mặt, tâm ý vẫn hoan hỷ mang bức chân dung của gã thương gia kia vào phòng cất kỹ và còn lấy vải trắng phủ lên thật kỹ lưỡng không màn đến tác phẩm đó nữa. Từ đó "tác phẩm" kia nó cũng đi vào dĩ vãng, lãng quên theo năm tháng dần dà qua nhanh…!

Chủ nhân của bức tranh ấy khi trở về quê mãi lo buôn bán làm ăn, cũng quên đi chuyện cũ năm xưa, thế là (bức tranh) cũng chôn vùi vào dĩ vãng, nghĩa là cho chìm xuồng luôn, chẳng còn ai thắc mắc chi nữa.

Hai mươi năm sau…!

Đã trải qua bao mùa lá rụng vật đổi sao dời, xã hội cũng có nhiều biến đổi khác thường, trôi theo dòng sống thời gian vẫn tiếp tục đẩy đưa, bấy giờ chàng họa sĩ cũng đã trở thành bậc lão luyện trong giới hội họa tên tuổi càng vang xa tác phẩm của chàng được nhiều người ưa thích và tiếng đồn đãi tài danh của chàng ngày càng nổi bật, tiền của cũng thế. Ngành hội họa vẻ vang hơn trước nhiều, mở ra rất nhiều trường lớp dạy cho giới trẻ. Người thương gia năm xưa nghe tin đồn, liền tìm đến nơi để mua lại bức chân dung của mình năm xưa. Ngụ ý để lưu lại cho con cháu về sau, nhưng tiếc thay! Người thương gia kia không hiểu giá trị thời gian và sở trường hội họa, nên khi đến hỏi mua lại bức chân dung ấy của mình. Chàng họa sĩ vẫn tiếp đãi ông tử tế như những khách hàng bình thường. Sau đó, ông thương gia xin được mua lại bức chân dung "ấy" chàng họa sĩ vẫn vui vẻ mang bức chân dung ấy ra cho ông ta ngắm nghía giây lát, rồi ông lái buôn thầm nghĩ:

-"Chà, lúc ấy sao mình còn trẻ đẹp đến thế! Sao bây giờ mình già nua và xấu xí thế… bụng thì thích nhưng tâm thì muốn lấy không về nhà (hoặc nói cách khác là ông muốn mua với giá rẻ mạt) thì ông mới chịu mua còn bằng không tìm cách khước từ.

Ông bèn lên tiếng nói rằng: -"Giá bao nhiêu bức chân dung xưa này…?"

-Họa sĩ đáp: "Bức này đắc giá lắm, ông ạ!"

-Ngươi không bán rẻ cho ta, thì ta chẳng cần mua "nó" gì nữa cho mệt.

-Chàng họa sĩ thản nhiên đáp lại: "cám ơn ông, không mua cũng chẳng sao" rồi sau đó lại mang bức tranh vào phòng cất kỹ không cần tiễn khách.

Gã thương gia kia, hớn hở ra về vì "tâm" ông lúc nào cũng keo kiệt cái gì rẻ thì mua còn đắt, khước từ ngay: "Ông cứ nghĩ là chân dung này là của mình dù hắn có cho ai chăng đi nữa, chẳng có "ma" nào mà mang hình của mình mà treo trong nhà cả, vì mình chẳng phải là nhân vật nổi tiếng trong thiên hạ. Chẳng qua, chỉ là thương gia buôn bán thôi mà. Chứ "mình" đâu phải là minh tinh màn ảnh mà họ tôn kính phải treo tranh của mình. Ông thầm nghĩ: "biết đâu đó, mai mốt hắn sẽ tìm tặng không, biếu không còn phải cho tiền về xe nữa … Ông thương gia ngầm tưởng, họa sĩ "đó" nó ngu ngô gì mà cất giữ tranh (gả già nua này trong nhà).

Ba năm sau đó, không hiểu ngọn gió nào vô tình khiến cho chàng họa sĩ kia đến lập nghiệp ngay tại làng ông đang sinh sống. Hắn còn mở ra cả gian hàng to lớn với danh nghĩa to tát "Hội họa, miễn phí cho giới trẻ" Công trình này còn có chính quyền sở tại hỗ trưng cho hắn nữa. "Chà, kỳ này lão (họa sĩ) quèn năm xưa cũng muốn tranh hùng với ta chăng!" Để đó mà xem. Ai thắng ai …!

Mọi người bắt đầu trầm trồ gian hàng hội họa miễn phí, cũng nhờ vào tài khéo léo của chàng họa sĩ, tuy lớn tuổi nhưng tâm hồn vẫn còn trẻ trung ăn nói hoạt bát nên chẳng mấy chốc chàng ta, trở nên vững vàng trong làng, ai ai cũng mến mộ tài nghệ "hội họa" tìm đến học hỏi…Lúc bấy giờ những tác phẩm có giá trị không còn buôn bán nữa chỉ để dành đưa vào việc trưng bày triển lãm cho bá quan văn võ và dân chúng thưởng ngoạn miễn phí. Hằng tuần đều được mở cửa cho mọi người vào xem. Dân chúng ở đấy tha hồ xem tranh và bình luận thỏa mái không ai trách phiền cả. Tin sốt dẽo về hội họa mỗi lúc, mỗi lan dần ra xa…! Dân chúng khắp nơi kéo đến rất nhộn nhịp vui hẳn như ngày hội…!

Trong số người xem tranh đó, có cả con cháu ông thương gia năm xưa, chúng cũng đến xem tranh thưởng ngoạn. Khi xem đến bức tranh mười ba chúng liền phát hiện người này trong tranh chính là ông nội của mình, bọn chúng liền la hoán lên rằng: "Ồ kia, tranh ông nội mình trông thật đẹp thế nhỉ!!!"

Trông lúc cao hứng đám trẻ "ấy" quên hẳn những dòng chữ bên dưới ghi gì? Chỉ trầm trồ bức tranh đẹp mà, không thấy dòng chữ bên dưới ghi chủ đề là: "**Kẻ Lừa Đảo**".

Những người thưởng lãm tranh chung quanh đó ngơ ngác nhìn lũ trẻ ngây thơ đang reo hò, trong đám người đó có người lớn tiếng nói rằng: -"Các cháu có nhìn thấy dòng chữ họ ghi gì dưới đó hay không?

-Đám trẻ bổng chốc im lặng, lặng lẽ kéo nhau ra về không đứa nào dám hó hé gì cả. Thật là tội cho đám trẻ hồn nhiên, từ hớn hở vui vẻ trở thành thiểu não, ê hề và cũng không hiểu nguyên do gì mà có ba chữ đó…! Chẳng biết thắc mắc cùng ai…!

Đành về nhà tìm ngay ông nội của chính mình hỏi cho ra lẽ thật. Nhưng sau đó ông nội của chúng chỉ làm thinh không nói một lời nào cả. Chỉ lắc đầu mà thôi, không khí trong nhà trở nên căng thẳng lũ trẻ bơ phờ không muốn trò chuyện cùng ông nội như trước nữa. Cuối cùng không chịu nổi sự đàm tiếu của xóm làng. Người con trai lớn của ông thương gia và đám cháu nội kéo đến thương lượng và mua cho bằng được bức tranh ấy vào cũng xin chàng họa sĩ tài hoa đó xóa đi hàng chữ "ấy" để cho con cháu lưu giữ về sau này, mà còn thờ kính nữa. Họ đã mua lại bức tranh với số tiền khá lớn vào lúc bấy giờ.

-Lúc này, ông thương gia giàu có mới vỡ lẽ ra là mình thật "dại dột" quá đi, nếu như vậy khi xưa mình trả tiền đủ mang bức tranh về nhà, bây giờ đâu có mang tiếng là "kẻ lừa đảo" mà mọi người chế giễu. Chẳng qua là mình tiết kiệm tiền bạc, không đúng chỗ, "lỗi tại mình", nhưng đời họ không ngốc nghếch như là mình tưởng. Đó cũng là một bài học vô giá thật đáng đời "tủi hổ" cho bản thân mình, không lường trước được sự kiện ngày hôm nay khiến con cháu mình chúng không kính nể, mọi người cười chê…! Thật là hỗ thẹn.

-Chàng họa sĩ năm xưa, sau khi bán xong tác phẩm "kẻ lừa đảo" liền hả dạ cười kha khả và nói rằng: "tâm bất biết giữa dòng đời vạn biến" là thế đó…!

Khi ta đã quyết rồi, dù ông không mua tranh đi nữa, cũng là không thể lừa ta được đâu! Tranh vẽ bằng tâm huyết, nghệ thuật hội họa chớ không phải là hàng tôm, hàng cá mà chê tới, chê lui. Không mua thì cũng chẳng có sao đâu! Miễn sao có người biết được chân tướng của ông là đủ rồi. Ta không phải vì tiền, mà ông tính toán từng ly- từng tí! Nghệ thuật vẫn là nghệ thuật, nghệ thuật hơn nhau là ở chỗ có người biết thưởng thức hay không? Còn phải biết giá trị thời gian của "nó" chớ đâu phải của hôi – của thối…! Ông thương gia ơi!!! ông…"nhầm" to rồi!

-Cuối cùng cũng có người nhìn ra được giá trị của thời gian bức tranh ấy mà mua cho bằng được, các cháu con ông đòi mua cho bằng được cũng vì ông là kẻ lừa đảo, chúng không muốn ông xấu xí như thế đó…! Sự thật vẫn là sự thật, không thể che dấu hay dùng nhiều cách biện hộ giấy không thể gói được lửa. Bởi thế, người đời thường hay nhắc đến việc làm của mình không mấy tốt đẹp, có nghĩa là "xấu hoặc là bất chánh" trước công chúng ai ai cũng biết, dù qua được mắt thiên hạ, nhưng không thể lấy vung hoặc vải che thưa được ánh sáng mặt trời!

FL, ngày 1-1-2019

Nhuận Hùng

DẶM NẺO ĐƯỜNG

Đêm đến, khi những bước chân lang bạt tha phương vô định trên phố phường xôn xao, hòa quyện cùng gió, tiếng lá rơi xào xạc trên từng con ngõ. Ký ức ngày xưa cứ thế trở về len lỏi, trong từng lời ca dang dở một thời...Một hơi thở lạnh lùng trong từng cơn gió se se lạnh, ta lặng người, lắng nghe từ dư âm thong thoảng đâu đó! Cay cay đôi mắt. Đằng sau cuối nẻo con đường mòn lối nhỏ, đôi mắt của người xưa hay đôi mắt của tôi chăng? Nụ cười ngày nào hay hình hài ai đó trở về với thực tại, tuy rất thật nhưng còn phiêu bồng hơn thế nữa. Mưa lại là mưa, những giọt mưa rơi!!! Không thể nào ngừng lại được, mưa vẫn là mưa…!

Chờ gió giao mùa…hay những cơn mưa tầm tã dài bất tận nơi vùng trời Florida, Lake Wales này cuồn cuộn những luồng gió rào rạt báo hiệu những cơn mưa ập đến hay là bão tố to tát gì đây? Gió to, gió nhỏ lại thêm sấm sét liên hồi, gào thét giữa màn đêm đen tối. Kìa những tia chớp lé lên tận một góc trời, lòng tôi xao xuyến, chùng xuống bao nỗi lắng lo bồn chồn, chẳng biết việc gì sẽ xảy ra trong cơn bão tố…Trong một khung cảnh tịch mịch giữa đêm khuya, một màu đen dầy đặc, không sao chớp mắt được, những hình ảnh của giai đoạn đi qua…Bây giờ cô đơn, đơn độc một mình, một căn phòng nhỏ chỉ vỏn vẹn trên bàn thờ với Tôn Tượng Đức Bổn Sư Thích Ca bé bé bằng đồng, trước làn hương thoảng nhẹ, khói trầm cuồn cuộn bay lên không trung, trong căn phòng tịch mịch chẳng có ai cả, nếu ai đó có nhìn vào chỉ thấy ta với ta. Đang tọa thiền mà thôi.

Thật là ảm đạm vô cùng, ngoài trời sấm sét bủa vây giông tố ập tới như nước lũ tràn về. Ta cứ thản nhiên như "bụt", chẳng có gì xảy ra cả. Hiện tượng ấy là của trời đất…bão tố thì sao, không bão thì sao? Có tránh khỏi vùng đất Florida, Lake Wales này không? Có những lúc tôi tự nghĩ rằng, chẳng lẽ đời mình chôn vùi với sóng biển, bão tố của xứ này hay sao? Đời mình bất hạnh mãi thế ư! Giữa chốn rừng sâu thăm thẳm, mênh mông không bóng người qua lại, lẽ nào mình lạc vào chốn mê cung như thế này sao? Thiên đàng cũng chẳng phải mà địa ngục cũng chẳng xong, vậy nơi đây là đâu nhỉ? À thế! Cuối cùng thì ta cũng hiểu được, ngày xưa Ngũ Tổ - Hoằng Nhẫn đã nói:

"Khi mê nhờ thầy độ, ngộ rồi thì phải tự độ".

Đúng là lời của Tổ đã dạy như thế! Còn bây giờ mình thiếu can đảm (không vào hang thì làm sao bắt được cọp con)

"Bất nhập hổ huyệt an đắc hổ tử"

Thôi thì, đã lỡ đến nơi âm u hẻo lánh không bóng người qua lại, thì hãy cố lên và còn cố lên thêm nữa. Dù chi, đi nữa cũng là chặng đường thử thách ý chí và tâm tánh trên con đường đạo. Nói như thế đến cuối đường hầm, rồi cũng sẽ có ánh sáng, chẳng lẽ đời mình mãi mãi tối tăm sao! "Sau cơn mưa trời lại sáng".

Một lời tự an ủi và ủi an, khi nghịch cảnh xuất hiện cố mà vượt qua đời là thế đó, ai ai cũng trải qua nạn kiếp, nếu không chịu rét buốt mùa Đông thì hoa mai sao lại nở hoa tươi đẹp trong mùa Xuân nắng ấm được. Thật vậy, sống kiếp tha phương thì mình vẫn phải vui vẻ lên mà tranh đấu để sống còn, bản năng sanh tồn lẽ nào đành bó tay chịu chết, ở chốn đồng không mông quạnh này, mọi người thân không biết đến. Thế vậy, nhưng trời Phật vẫn còn có đó…! Bạn hãy cố lên và cố gắng lên cho thật nhiều có gian nan thì mới biết được lòng người gan dạ. Có khổ đau thì mới biết được giá trị của sự hạnh phúc…Ý chí và ý chí sẽ vượt lên trên tất cả, để đưa người đến chỗ an lành, không ai có thể ngăn cản được bạn, trên bước đường hành đạo tiến thân. Trong chốn u tịch hiểm trở…từ vật chất ăn uống cho đến thể xác phải tôi luyện ý chí thêm lên cho vững chắc. Vì nơi yên ổn có người cung cấp lương thực…bạn chẳng làm được việc gì cả, chỉ ngồi để tâm vào mà vọng tưởng ra thế giới bên ngoài.

Đúng thế, màn đêm đi qua lẽ nào ánh thái dương vẫn không đến với bạn chăng! Chẳng lẽ nào bạn mãi mãi dặm chân tại chỗ sao! Việc gì đến rồi sẽ đến anh hùng chưa gặp vận, cũng đành thúc thủ như bao người dân dã, đời là thế đó…! Nói mãi, nói hoài cũng có bao nhiêu việc thôi, cơ trời tạo hóa đã định đoạt rồi. Bạn nên thức tỉnh tu niệm là phải đạo, thôi thì việc đời tranh chấp, chấp tranh mạnh được yếu thua là lẽ thường tình. Bạn không đủ sức thì nên lánh đi nơi khác cho bình an tâm hồn là thượng sách…!

Cuối cùng, đời hay đạo chẳng khác gì, nếu từ bi - hỷ xả không làm được thì có tu cũng bằng thừa, cố chấp vẫn là cố chấp, (hỷ- nộ- ái- ố) dẫy đầy, tham – sân- si mà chưa trừ được, còn bao nhiêu phen chìm đắm trong bãi danh lợi, vật chất…Cũng là nhân quả luân hồi cả... "Lưới trời lồng lộng tuy thưa nhưng khó thoát..."

Đời người ngắn ngủi lắm thay! Thở ra mà hít vào không được cũng xong kiếp người, ai ai cố niệm Di Đà, Tây phương tịnh độ sen vàng sẵn đây. Ác duyên nghiệp chướng luân hồi triền miên. Khuyên ai cố niệm Di Đà, ngày sau nhẹ gót liền về Tây phương. "Dặm Nẽo Đường" ai đến mặc ai, đi cũng chẳng sao, đời không lưu luyến chi cả…!

FL, ngày 25/3/2019

Nhuận Hùng

UỐNG TRÀ & TRI KỸ !

Nói đến trà là nghĩ ngay đến phong tục tập quán của quê hương có từ ngàn xưa, mãi đến ngày nay. Mỗi khi nhắc đến chén trà hay bình trà, tách trà… nó lại gợi lên cả hình ảnh quê hương. Ai xa nhà mà chẳng nhớ đến người thân... Ai ra đi mà chẳng nhớ quê hương…! Cho dù có ra sao đi nữa, nơi ấy cũng là chỗ chôn nhau cắt rún của người Việt chúng ta, bắt nguồn từ cội gốc Lạc Hồng mà lan đi khắp mọi nơi trên thế giới bao la rộng lớn, cũng vì nhiều lý do không thể kể xiết được…!

Đúng thế! Quê hương là gì nhỉ? Chỉ khi nào, ai đó chạnh lòng nhắc đến hai chữ "quê hương" là biết bao nhiêu kỷ niệm gom lại như là: "cây đa cũ, bến đò xưa, chén trà tri kỹ, bên anh, bên em và nhiều người thân trước khi tiễn biệt, dùng trà thay rượu, tiếng trống xua quân lên đường…"Cũng như thế, còn bao nhiêu câu chuyện…hình ảnh đẹp gói trọn quê hương gợi nhớ biết bao ân tình...Nhưng ở đây, chúng ta mượn câu chuyện đầu Xuân "Uống Trà & Tri Kỹ" xin chia sẽ cùng quý vị!

Thật ra, mà nói trà còn được phân ra làm nhiều thứ lớp, hạng mục nữa chớ không phải đơn thuần như chúng ta tưởng. Sau đây lần lượt chúng ta tìm hiểu nhưng chỉ là một phần nào đó tượng trưng mà thôi. Có lúc phải đi sâu vào chi tiết rất nhiều, chúng tôi không thể nào diễn tả cho cặn khẽ được vì bài viết có giới hạn.

Nói đến trà, trà uống theo phong cách nghiêm túc người ta gọi là (trà đạo) hay (thiền trà). Riêng trà đạo thường được tổ chức trong chùa hoặc những thiền thất…chúng ta không thể đi sâu và chi tiết được. Thông thường thì người Nhật, Trung Hoa và Việt Nam chúng ta nữa, phong tục tập quán uống trà, có từ ngàn xưa và được lưu lại qua nhiều thế hệ. Những nghi thức uống (trà đạo) cho đúng cách rất ư là rườm rà…đó cũng là một cách người xưa dùng trà dùng để tĩnh tâm mà tu tập. Chư Tổ ngày xưa chuyên tâm về thiền định, thường hay hướng dẫn thiền sinh của mình bằng cách kiên nhẫn, dùng phương pháp pha chế trà cầu kỳ. Hay nói cách khác làm sao cho đúng quy cách và tâm phải an định thì trà mới ngon được, trà đạo phải có (hồn) trong đó mới đúng cách uống trà, thưởng trà…Qua phong cách uống tách trà vị sư trưởng có thể đoán trúng được tâm ý của kẻ pha trà nữa, đó thật là hay! Ngày xưa đã từng có những việc làm như thế mà chúng ta bây giờ không thể nào ngờ được.

Còn bây giờ, chúng ta chỉ nói phổ quát với tính cách quần chúng, trà cũng là đầu câu chuyện. Chẳng hạng từ xưa cho đến ngày nay, hễ mỗi khi có khách đến nhà thăm viếng hay bạn bè gì đó ghé thăm. Đầu tiên mời tách trà đãi khách trước đã. Dù nghèo hay giàu thân hay sơ cũng từ tách trà để bắt vào câu chuyện, khách có uống hay không là việc khác, lịch sự tối thiểu của người Việt lưu truyền từ xưa đến nay thật là điều đáng quý. Mong sao cháu con mình sau này gìn giữ được cũng là điều tốt đó là lịch sự người xưa truyền lại. Còn thưởng thức trà mùi vị ngon hay dở là việc khác, có người thì uống trà đậm, có người thì uống vừa, có người thì nhạt…Nói chung đều là trà cả, còn uống nước lã là việc khác…!

Hiện tại, bây giờ thì văn minh, trà đã biến dạng qua nhiều loại như: trà gói, trà túi lọc, trà bội, trà ướp hoa...! Tuy thấy tiện cho việc tiếp khách thời đương đại. Nhưng riêng cá nhân tôi nhận thấy, nếu gia đình nào còn tiếp khách theo lối cổ điển xa xưa, bằng bình trà và tiếp khách như thế, tỏ ra họ còn giữ được phong cách người xưa. Dù trà ấy thuộc loại trà gì, sau đó chúng ta từ từ tìm hiểu.

Nhưng uống trà bình thường thì rất dễ, còn uống trà theo phong cách "trà đạo", "trà thiền" thì rất ư là phức tạp không đơn giản nhưng mình tưởng đâu! Các bạn ạ!

Bạn nên nhớ rằng: Trà là "trà" tri kỹ vẫn là "tri kỹ", nhưng khi uống trà "đặc biệt..." dĩ nhiên "vị trà còn lưu lại về sau..." đó gọi là trà "ngon" hay "trà tri kỹ" còn lưu luyến mãi cũng từ tách trà mà ra...! Nếu một thời gian nào đó, bạn còn cơ hội gặp lại "tri kỹ" năm xưa nữa hay không? Hay chỉ là lưu luyến như những dòng thơ dưới đây chăng!

"Và cứ thế hồn thơ chảy mãi
Muôn cỏ hoa tưới tẩm tình người
Người "nghệ sĩ" hay người "tu sĩ"
Mặc cho tình thời thượng đầy vơi

Rồi hôm đó "uống trà" giao hữu
Vẽ hướng đi một chuyến trở về
Mô hình ấy chính dòng nhân bản
Có tình nào đẹp hơn tình quê"
      (Thanh Trí Cao)

Đúng thế, người "tri kỹ" đã từng "uống trà" với bạn, giờ đây chỉ là kỷ niệm in đậm trong tâm khảm. Vì dòng thời gian không thể ngừng lại, cuộc sống xô bồ đảo điên, điên đảo, cho dù vòng xoáy trong dòng đời...Khi ta đã lao vào thì khó mà thoát ra. Không thể nào ngừng lại, cho ta tiếp tục thưởng "trà" mà nó sẽ dẫn ta đi xa và đi mãi mãi thật xa - xa thật xa, đến lúc nào đó, "sức cùng lực kiệt", hồn ta sẽ về với hư không, vô cùng - vô tận phiêu bồng khắp chốn ta bà mặc sức mà rong chơi.

Sau đây tôi xin được kể tóm gọn câu chuyện "bình trà - tri kỷ".

"Vào thuở xa xưa ở vùng quê Việt Nam, lúc còn nhỏ tôi không nhớ rõ địa danh có một lão ăn mày trông vẻ nghèo nàn đói rách lang thang khắp mọi nơi nhưng bên vai luôn luôn kè theo túi vải không biết để thứ gì trong đó. Mà lão ăn mày luôn giữ gìn cẩn thận bên người không cho ai đụng đến.

Một hôm nọ, trong làng có đám giỗ gia đình phú hộ giàu có nhất trong vùng khách khứa ra vào rất đông đảo. Lúc đó cũng có cả lão ăn mày xuất hiện tuy không được mời nhưng lão ta vẫn tới. Vì tiếng đồn ông phú hộ ở đây hào phóng lắm, thích uống trà và còn vui vẻ trò chuyện với người có trình độ thưởng thức trà. Ông phú hộ này không phân biệt giai cấp dù giàu hay nghèo hèn bần tiện, miễn sao biết thưởng thức trà là ông mời vào nhà ngay cho ăn uống đàng hoàng. Bởi vì, phú hộ đang tìm bạn "tri kỷ uống trà" đàm luận cùng ông.

Rất tiếc, hôm nay kỵ giỗ tổ tiên nên việc uống trà, của ông phú hộ phải ngưng lại không tiếp khách. Thấy có người lai vãng bên ngoài rách rưới nhưng không vào nhà, ông phú hộ bèn cho người hầu ra mời họ vào nhà trọ, phía sau vườn, rồi nói với người làm hãy mang cơm đến cho họ ăn uống đầy đủ.

-Gã ăn mày nói: "ta chỉ muốn thưởng thức trà với phú hộ, chớ không cần ăn uống".

-Người làm nói rằng: "ông hãy ở đây chờ ngày mai, phú hộ sẽ tiếp ông"

Đúng vậy, ngày hôm sau ông phú hộ ra tiếp chuyện, cả hai vui vẻ trò chuyện uống trà rất ư thú vị. Thoại đầu, ông phú hộ tự khen rằng trà của ông là thượng thặng nhất trong vùng không ai có được. Nhưng gã ăn mày hớp vào một ngụm liền nói ngay: "trà này thường lắm chẳng có gì là đặc biệt cả"

Ông phú hộ lại sai người hầu bỏ trà đó đi, chế tiếp loại trà khác, và cứ thế đến năm hoặc sáu lần gì đó mà gã ăn mày này vẫn chê là trà bình thường chẳng đáng giá gì cả. Riêng phía ông phú hộ vẫn vui vẻ hớn hở xem như không có gì xảy ra. Vì ông phú hộ thầm nghĩ mình đã gặp được đối thủ, uống trà nặng ký rồi. Cho nên ông vẫn bình tĩnh sai người hầu vào trong phòng lấy ra loại trà thượng đẳng nhất, cất kỹ trong phòng riêng ra đãi thượng khách. Lần này là cú chót của phú hộ thật là không gian ngừng lại, thời gian đứng yên bầu trời chùng xuống, im lặng bốn bề, ngay cả con muỗi bay qua cũng nghe cả tiếng động…! Thật kinh hoàng !!! Kẻ hầu trà cũng chậm rãi làm việc theo từng động tác nhỏ nhen sau cùng. Tách trà ngon, cùng hương thơm tỏa ra nhè nhẹ, bên khói trầm nghi ngút. Chẳng khác nào "trà đạo" của những thiền sư…trong thiền thất tu tập, nhưng gã ăn mày vừa "hớp" vào liền lắc đầu chê rằng:

-"Nước nấu chưa đạt, như thế này sao gọi là, "trà"…!

-Ông phú hộ rất giận dữ, nhưng tỏ vẻ ôn tồn nhỏ nhẹ hỏi: "Vậy ông làm sao có được "tách trà" hoàn hảo chớ. Xin ông cho biết cách pha chế để bọn nhỏ học hỏi"

-Gã ăn mày này, trịnh trọng nói lại: "Được, trước hết cảm ơn ông không chê tôi nghèo hèn, mà còn tôn trọng ý kiến, thật là hiếm có "tri kỷ uống trà" như ông!"

Ông phú hộ bình tâm vẫn vui vẻ không chút nào phàn nàn, thái độ của ông thật hiếm thấy...Kiên nhẫn đối đãi với kẻ cơ hàn khất cái. Nhưng vì ông hiếu kỳ, cố tìm cho được (tri kỷ hiểu và biết nhau...là ông toại nguyện) ông rất khiêm nhường không bao giờ tỏ vẻ bực tức và nóng giận. Ông phú hộ này, xuất thân gia đình Nho giáo...từng làm quan trong triều đình nhưng vì cá tính không muốn tranh đấu bon chen nơi chốn quan trường, nên lui về ẩn dật chỉ làm thương gia nho nhỏ sống an nhàn, tìm kẻ "tri kỷ" uống trà ngâm thơ không màn thế sự. Tiếp đó:

-Ông phú hộ: "Ngày mai, chúng ta tiếp tục cuộc thưởng thức trà, có yêu cầu gì thì ông nói với người làm của tôi, chúng nó sẽ cung cấp đầy đủ cho ông..." nói xong ông phú hộ chào tạm biệt, mà đi.

Mọi việc do gã ăn mày sắp đặt đầy đủ, thêm vào đó người hầu phú hộ giúp gã ăn mày, lấy nước từ suối cao trên thượng nguồn mang về để đun lên thật kỹ rồi pha trà. Và sau đó lão ăn mày, lấy từ từ trong túi hành lý ra một bộ trà quý giá của gã. Bày biện trên bàn phú hộ, lâu lắm nay gã ăn mày mới có dịp đem "báu vật" ra biểu diễn. Cho phú hộ chứng kiến tài năng của gã mà mở to mắt một phen học hỏi cách uống trà (thượng đẳng)...Bởi vì xưa nay, phú hộ quá cao ngạo cho rằng "độc cô cầu bại" không có địch thủ nào đủ khả năng thưởng thức trà với ông cả.

"Cao nhân tất hữu, cao nhân trị" nghĩa là:

(người giỏi ắt có người giỏi hơn).

Khi mặt trời lên cao những tia nắng chói chan, len lõi từ những khe hở của tàng cây chiếu xuyên xuống đất lại thêm tiếng hót líu lo của những chú chim nho nhỏ trên cành tạo nên cảnh tượng rất là thích thú trong buổi trà đàm. Từ xa xa ông phú hộ đã ngửi được mùi trà thơm phảng phất theo gió..!

-Ông ta: "Thầm nghĩ à! hôm nay mình gặp phải cao thủ rồi nhỉ! Thật là không uổng công xưa nay săn lùng…!"

Nhìn lối trang trí và bình trà theo phong cách khác thường, lối pha chế trà cũng từ chính tay gã ăn mày mà ra. Pha trà xong gã ăn mày hớn hở mời phú hộ thưởng thức. Phú hộ, hớp một ngụm "trà" rồi từ từ thưởng thức, vị ngọt của trà. Giây phút trôi qua, gã ăn mày tưởng chừng như trái đất đang ngừng quay, mọi vật không muốn xoay chuyển nữa, chỉ chờ câu trả lời độc đoán của phú hộ, thật là căng thẳng...Không ngờ vài phút sau đó phú hộ gật đầu từ từ, ung dung giọng khan khàn nói rằng:

-"À thì ra! Quả tình trăm nghe không bằng mắt thấy" ông phú hộ liền nói tiếp, "quả thật không sai, trà của ta xưa nay chưa có đối ẩm, hôm nay duyên đã đến, thật là: "Hữu duyên thiên lý….."

-Gã ăn mày, gương mặt lúc đó hớn hở, chỉ gật đầu không nói lời nào.

-Ông phú hộ nói tiếp: "Hữu xạ tự nhiên hương" "Tôi đề nghị như vậy, ông có đồng ý hay không?"

-Lão ăn mày hỏi: "Vậy, nghĩa là sao?"

-"Một, là ông bán lại bộ trà đó và chỉ cách pha trà cho ta, ta sẽ chia lại nữa gia tài cho ông, được không?" Chưa kịp trả lời, Phú hộ lại tiếp theo:

-"Hai, là ta sẽ kết bạn "tri kỷ" cùng ông "uống trà" đàm luận thế sự, ông có đồng ý hay không?" Phú hộ chưa ngừng ở đó:

-"Ba, là ông tự quyết định đưa ra ý kiến, bất luận thế nào ta cũng đồng ý ngay. Ông phải giải thích tại sao, tìm đến chỗ này, lý do bình trà mà ông cho là đắc ý từ đâu mà có…?"

Nghe nói như vậy. Gã ăn mày cười kha khả, lớn tiếng đáp lại rằng:

-"Ta sẽ chọn điều thứ ba có nghĩa là ta sẽ giải thích vì sao lại có một bình trà ngon tuyệt vời. Kế tiếp ta sẽ ở lại đây làm "tri kỹ" cùng ông hằng ngày uống trà…sống tiếp cuộc đời còn lại. Phú hộ, ông có đồng ý không?

-Ông phú hộ: "Ta đồng ý ngay, với những điều kiện ông đưa ra"

Kể từ đó, hai "gã" này thành một đôi "tri kỹ uống trà", tâm đầu ý hiệp với nhau, gắng bó hơn cả keo sơn.

Ông phú hộ hỏi rằng: "Lý do gì, làm sao ông có bản lãnh uống trà như thế?

Lão ăn mày trả lời: "Ngày xưa từ một làng nọ, ta sanh ra trong gia đình giàu có lớn lên cũng sang giàu như ai, của cải ông bà để lại quá nhiều, vì mãi mê…ăn chơi sau cùng chỉ còn lại bộ trà này, cũng vì say mê nghiên cứu trà, rốt lại táng bại sản vì tìm tri kỹ uống trà nhưng không được như ý. Cuối cùng chiến tranh giặc giã khiến ta lâm vào cảnh nghèo hèn tàn tạ như thế này, cuộc đời còn lại chỉ có bình trà này thôi. Sống chết cũng chỉ có "nó" tức là (bình trà) mà thôi.

Hôm nay gặp được tri kỹ ta mới thố lộ cùng ngươi. Gã ăn mày còn nói tiếp: "Ngày xưa, lúc còn nhỏ thường theo ông nội và giúp ông nội ta pha trà cho khách nên tôi có biết nhiều kỹ xảo như thế về các loại trà…!

-Ông phú hộ hỏi: "Ngươi có thể cho ta biết rõ phương pháp pha trà của ông nội ngươi được không?

-Được, gã ăn mày kể tiếp: "Ông nội tôi đã dạy từ nhỏ: (Nhất nước, nhì pha, tam trà, tứ ấm). Ấm cũng chỉ được xếp hạng cuối cùng trong bốn yếu tố làm nên ấm trà ngon mà thôi. Tuy nhiên, nhớ về lời dạy của ông nội. Người pha phải lên số một chứ không thể xếp hàng thứ hai sau nước được. Ông nội đã mất từ lâu nên tôi không còn dịp để hỏi cho rõ. Không biết vì sao nữa, lúc đó ông nội tôi nói sai ý cổ nhân hay tôi nghe nhầm, hoặc tôi không hiểu rõ! Tôi có rất nhiều bình trà. Những chiếc trà, từ ấm bình, tử sa bình mua tận gốc, những chiếc ấm (bình) "cổ trà" mà uống nhiều năm, những chiếc (ấm) (bình) với bao kỷ niệm. Có những chuyến đi xa, chúng tôi vẫn mang theo để thưởng thức. Uống trà cho đúng cách thì thật là cầu kỳ không đơn giản như mình tưởng đâu!

Sau đó, hai ông vẫn tiếp tục uống trà với nhau, nhưng dòng đời không thể mãi mãi như thế đâu! Có hợp thì phải có tan, có gần gũi thì phải ly tán. "Bèo Nước gặp nhau…!" Cứ thế mà trôi đi trôi mãi và sẽ mãi mãi không gặp nhau…!

Người xưa thường nói:
"Bán dạ tam bôi tửu, bình minh nhất trản trà"
(Đêm về ba cốc rượu, sáng sớm một chén trà).

Buổi sáng trước khi đi làm, thưởng thức một bình trà rất sảng khoái. Buổi chiều sau khi làm việc, thanh thản uống một hai chén "trà" cũng tốt.

Quả thật, như vậy một thời gian ngắn sau đó gã ăn mày, lớn tuổi sinh ra tật bệnh không còn sức khỏe ở lại trần gian này nữa, phải giã từ cõi đời để trở về với cát bụi. Vì tuổi đời của ông nhiều hơn phú hộ nên phải đi trước, không thể cùng phú hộ trà đàm như trước nữa. Gã ăn mày gặp phú hộ lần cuối và giao lại bộ trà yêu dấu cho phú hộ trọn quyền làm chủ và sử dụng uống trà về sau.

Nhưng khoảng thời gian ngắn sau đó, khi gã ăn mày nhắm mắt lìa trần, cũng là lúc phú hộ này mất đi một "tri kỷ" hiếm có trên đời. Nên ngày nào mỗi khi uống trà ông phú hộ cũng thảm, cũng sầu cả, trong trí óc toàn hiện cảnh người bạn tri kỷ uống trà. Tuy là một gã ăn mày bình thường nhưng phú hộ rất quý mến gã, xem như người thân hiện hữu cùng lúc với phú hộ. Chẳng khác nào Bá Nha – Tử Kỳ...

Thời gian sau đó, phú hộ ông ta cũng lâm trọng bệnh không thuốc men nào cứu chữa được.

Cuối cùng hai năm sau đó, ông phú hộ cũng mang bình trà ra uống và khi uống xong: "ông nói thật to, có "trà" mà không "tri kỷ", thôi thì đập nó cho rồi (bình trà) một lần cho thỏa dạ.

Liền theo đó ông phú hộ ngã bệnh nặng, không còn sống trên thế gian này nữa. Ai mà biết được câu chuyện này thương tiếc cho đôi "tri kỷ - uống trà", mãi mãi vẫn còn lưu truyền.

Tóm lại, uống trà ngày nay khác hẳn với người xưa chỉ là "uống", uống trà giải khát mà thôi chớ không phải vì ai cả.

Uống trà với chiếc ấm Bát Tràng giản đơn và suy ngẫm cho cùng, rằng ở trên đời này, không có một nghề nghiệp nào, không có một con người nào trở nên tử tế, không một ai có thể giác ngộ và giải thoát nếu được, nếu không bắt đầu từ tình yêu thương, nếu không có trí tuệ... Lại nói đến pha trà, cũng là nghệ thuật, thưởng thức trà cũng là nghệ thuật, bên ấm trà, bình trà cho ta nhiều câu chuyện tri kỷ lắm đó, lắm đó bạn ạ...!

Những loại trà nổi danh cũng có những huyền thoại thú vị như trà Mông Đỉnh ở Tứ Xuyên đã đi vào văn học Phật giáo.

Trong nghi lễ tiến cúng các hương linh, nghi dâng trà có bài kệ:

Dương Tử giang tâm thủy
Mông Sơn đỉnh thượng trà
Hương linh tam ẩm liễu
Tảo sinh pháp vương gia

Tạm dịch:

Nước dòng sông Dương Tử
Chế bình trà Mông Sơn
Hương linh ba lần uống
Sinh qua cõi Phật liền

Tuy hơi cường điệu, nhưng muốn nói rằng một tách trà ngon đúng điệu sẽ làm cho tâm hồn vơi đi những muộn phiền, tâm hồn sẽ thanh tịnh và đạt được trạng thái siêu thoát.

Ai có muốn, (ấm trà) bình (Bát Tràng) giản dị và mộc mạc không? Tìm đến tiệm trà là có ngay! Bình trà cổ hay bình trà tân thời gì cũng có cả. Không phải sống – chết. Có ai muốn uống những loại trà đơn giản mà dung dịch đó thấm cả tình người mãi mãi "không" vẫn có, nhưng trà đây là "tâm trà" chớ không phải trà bình thường... ai muốn ngồi thưởng thức uống trà cùng tôi không? Uống trà đến nhớ "tri kỷ" hay không? Uống trà, ngâm thơ là những thú vui của người xưa, nhưng cũng có những lúc cao hứng đọc lên những dòng thơ như là:

"Gió lay nhẹ khung trời quá khứ
Tình của người hoa nở bao dung
Hương của ngọc mong manh huyền thoại
Bước chân nào lãng tử ung dung

VÒNG XOÁY CUỘC ĐỜI

Điểm cứu cánh lạnh lùng băng tuyết
Níu không gian đùa nắng cho vui
Trên đỉnh núi tiếng cười thiên cổ
Mây cuốn trôi vết tích bùi ngùi"
        (Thanh Trí Cao)

Hãy, Uống Trà Đi…Uống Trà Đi ..! Này nhé bạn ơi…bạn ơi !!!
Hãy uống trà cùng ta….!

FL, ngày 15/8/2019

Nhuận Hùng

VÒNG XOÁY CUỘC ĐỜI...!

Khi nhắc đến: "Vòng Xoáy Cuộc Đời…!" Ta liền nhớ đến hằng bao ký ức đã ghi đậm nét trong tâm khảm chúng ta. Nói một cách khác nôm na là "A Lại Da" còn gọi là Tàng thức có nghĩa là cái kho mà danh từ Hán Việt gọi là tàng.

Tất cả mọi chủng tử không phân biệt thiện ác, tốt xấu, (sanh tử và niết bàn), mê - ngộ và khổ vui, ngay cả vô ký đều được chứa đựng trong Tàng Thức này. A Lại Da thức có khả năng tiếp nhận, duy trì và làm các hạt giống chủng tử tăng trưởng, chuyển biến cho đến khi đầy đủ nhân duyên thuần thục chín mùi thì mới được đi tái sanh vào những thế giới thích hợp với căn nghiệp của mình. Tùy theo nghiệp lực của mỗi chúng sinh mà được thọ sanh vào trong lục đạo hoặc sinh về những cõi trời trong những cõi Sắc giới và Vô sắc giới. Tính chất của A Lại Da thức là (vô phú và vô ký): vô phú là không che giấu, vô ký là không ghi nhận, không ghi nhận theo tôi nên hiểu là không phê phán,không lượng giá. Những chủng tử được sắp xếp nhưng không nằm yên mà tác động lẫn nhau nên gọi là chủng tử sinh chủng tử: (Thí dụ chủng tử ăn trộm tác động nhau khiến càng ngay càng, ăn trộm nhiều hơn; nhưng nếu biết bố thí, giúp đỡ người khác thì chủng tử bố thí này sẽ hóa giải một phần những chủng tử ăn trộm)

Lại nói thêm, A Lại Da thức còn gọi Tàng thức nó chứa nhóm ghi lại tất cả những gì đã xảy ra trong cuộc đời của chúng ta từ lúc hiểu biết thời thơ ấu, cho tới ngày khôn lớn và trưởng thành, sau đó trở thành những bậc cao niên cuối cùng trở về với cát bụi.

"Hạt bụi nào hóa kiếp thân tôi
Để một mai vươn hình hài lớn dậy
Ôi! cát bụi tuyệt vời
Mặt trời soi một kiếp rong chơi

Hạt bụi nào hóa kiếp thân tôi
Để một mai tôi về làm cát bụi
Ôi! cát bụi mệt nhoài
Tiếng động nào gõ nhịp không nguôi..."
                        (Trịnh Công Sơn)

Qua quá trình của một đời người không nhất thiết giống nhau, vì lẽ còn nhiều nghiệp duyên khác cũng như số phận, hoàn cảnh...mỗi người đều diễn ra khác nhau cả, không ai giống ai cả, ngay như những người đã từng sinh con đôi, tuy đứa bé trên gương mặt giống nhau như đúc nhưng tánh tình vẫn khác nhau.

Nói một cách khác nếu ai đó, dù trí nhớ không được giữ lâu trong tiềm thức nhưng vẫn còn lưu lại một ít, nhưng trí não cũng có thể nhớ lại những dữ kiện của mình ít nhất là lúc mười tuổi...hoặc mười ba tuổi những hình ảnh ấy khó quên nhất trong cuộc đời của mỗi người, ít ai nhớ quá khứ của mình lúc ba, bốn tuổi cả.

Nói cho cùng cuộc đời của mỗi con người trải qua nhiều biến cố khó quên, từ lúc chào đời cho đến lúc tuổi xế chiều thì trang giấy ấy đã ghi lại quá nhiều kỷ niệm. Chẳng hạn như: buồn, vui, sầu thảm, được mất...vật chất đầy đủ hay là thiếu thốn trên con đường danh vọng địa vị tiền tài, tình yêu, hạnh phúc hay sầu hận gì đó? Từ trên chiến trường hay tình trường, thương trường. Diễn biến "ấy" ghi đầy đủ trong ký ức sâu thẩm của chúng ta. Giáo lý Phật đà trong Duy Thức Học gọi đó là Tàng thức hay là Mạt Na Thức là thức chứa nhóm tất cả dữ liệu của con người và ghi nhận lại…xin hẹn khi khác tôi sẽ chia sẽ cùng quý vị nhiều hơn.

Thuyết nghĩ, đời người chẳng khác nào một quyển hồi ký dày cộm của từng cá nhân tạm gọi là " **vòng xoáy cuộc đời**".

Đúng thế, cuộc đời là một chuỗi ngày dài vô tận khi nó đã đi qua thì không bao giờ sẽ trở lại. Và "nó" cũng không thể nào ngừng lại chờ chúng ta được, sống ở trên đời này ta cũng nên trân quý cuộc sống và cũng đừng để xảy ra những gì mà khi đã đi quá đà, việc làm trái với lương tâm, đến khi thức tỉnh lại thì đã muộn màn và có hối cải cũng vô ích.

Chúng ta cứ thử làm một ví dụ thì sẽ thấy rõ ngay giải đáp liền. Ví dụ ta đang đứng trên một dòng sông hay một thác nước nào đó, đôi mắt ta chăm chú nhìn dòng nước chảy cứ nhìn mãi, nhìn hoài dòng nước ấy lưu chuyển liên tục, chúng cứ chảy mãi và chảy mãi không bao giờ ngừng. Dòng nước đó "nó" cũng sẽ không bao giờ quay lại với chúng ta.

Đúng thế, "không ai có thể tắm hai lần trên một dòng sông"

Bởi vì, nước không thể ngừng lại mà cứ thế trôi đi, chảy mãi năm này qua tháng nọ. Đời này qua đời khác hao tổn là những tảng đá ấy mà thôi, còn nước thì mãi mãi vẫn là nước. Cho nên có sách câu: "nước chảy đá mòn" ngầm nói lên sự đời là thế đó!

Dòng đời, cũng là dòng xoáy của bao trái tim nồng cháy của chúng ta, ký ức nào rồi cũng phải ghi lại thật sâu và thật đậm, không ai giống ai cả, cho dù hằng triệu người trên thế giới này đi chăng nữa, cũng đều khác nhau cả. Trường hợp nào đó đã xảy ra, nó cũng đều có những nguyên nhân chính đáng cả.

Nói một cách khác theo nghĩa thông thường đó là nghiệp quả của từng người mà ra. Sự khác biệt hẳn hoi vì tiền kiếp của họ đã tạo ra, dẫn đến bây giờ họ phải chịu nhận hậu quả, dù thiện hay ác cũng phải chịu quả báo hiện tiền không thể chối cả. Theo luật nhân quả ai ai cũng biết, chớ không phải do ngẫu nhiên mà ra. Chúng ta không nên chỉ trích ai đó một cách quá đáng trước khi chưa tìm rõ chân tướng của sự việc…!

Tôi còn nhớ rõ cuộc đời của tôi như thế nào thì tôi biết phận của tôi, còn người khác làm sao tôi biết hết được cũng chẳng qua một vài khía cạnh nào đó mà thôi. Nếu cuộc đời này, người này biết rõ cuộc đời người kia thì thế gian này còn gì để nói. Trong sâu thẳm của con người có rất nhiều điều bí ẩn khác nhau, chúng ta không thể nào dùng nhãn quan bình thường của mình, mà nhìn thấy được tim can người khác. Ngoài trừ những bậc tu hành khi họ đã chứng được "thiên nhãn thông" cũng như "thiên nhĩ thông" điều bất khả tư nghì. Người xưa có câu:

"Tri nhân, tri diện bất tri tâm"
(Nhìn người, nhìn mặt chớ không thể nhìn vào tâm được).

Chúng ta có thói quen thường hay nhìn người qua vẻ bề ngoài mà đánh giá một cách hờ hững, có những lúc họ rất tốt với ta bề ngoài nhưng sâu thẳm tận đáy lòng, họ sẽ hại ta lúc nào mà ta chẳng hay biết. Nhất là kẻ đa nghi họ thường hay có dùng thủ đoạn bỉ ổi lắm, ai ai có thể hay biết được họ sẽ làm gì? Còn có rất là nhiều hạng người khác nữa không tiện kể ra.

Một khi ai đó có tâm trạng buồn thảm họ thường hay lộ dạng trên gương mặt, nhưng cũng có người cố gắng dấu đi những nỗi ưu phiền đó bằng cách vẫn vui, vẫn tươi như không có việc gì xảy ra. Nhưng tâm họ rất ưu buồn, phiền não…Họ chỉ muốn gói trọn cuộc đời vào trong tâm khảm. Bởi vậy, có nhiều người thường hay bị bệnh ung thư mà bác sĩ vẫn không tìm ra nguyên nhân là họ đang vướn bệnh gì?

Nói một cách khác theo phương diện của đạo Phật, chúng ta cũng có thể biết hạng người bị "tâm bệnh" thì cần có "tâm dược" mới chữa được bệnh. Còn không thì sẽ chết mòn - chết dần theo năm tháng, bác sĩ giỏi cũng đành phải bó tay khi không tìm ra nguồn gốc của bệnh. Cuối cùng cũng trở về với cát bụi, chẳng ai hiểu đã phải mắc bệnh gì mà đoản mạng như thế? Thật là tội nghiệp vô cùng cho một kiếp người. Chết không biết đi về đâu?

Đúng thế, nếu hiểu được như vậy thì xã hội này ít người bị đè bẹp, bởi cũng từ cái "ta" và cái "của ta" mà ra. Đứng trên bình diện khác mà phân tích thì ta sẽ rõ: "Đừng trách cuộc đời không rộng bao la, mà tự trách lòng ta, không rộng lượng quảng đại cho ra, chỉ biết khư khư đem "nó" vào mà chẳng cho "nó" ra".

Thật đúng, đời không cho ai tất cả, bởi vì chúng ta không cho đời tất cả. Bởi vậy, chấp nhận thương đau đừng hỏi tại sao? Có đau khổ thì mới hiểu được vị đắng của cuộc đời. Đời không phải màu hồng mãi mãi với chúng ta đâu? Đạo bây giờ cũng thế! Xã hội càng văn minh chừng nào, thì đạo đức càng suy tồi bấy nhiêu, đã đi vào đạo rồi có lắm lúc còn chua chát hơn cả thế gian nữa.

Chúng ta cứ thử nhìn xem, ngày ngày xảy ra bao nhiêu việc từ cửa thiền môn quý vị cũng đã thấy rồi, chỉ cần "một con sâu làm rầu nồi canh" những dự kiện đó do đâu mà ra. Có phải chăng là lòng người còn đầy dẫy "tham, sân, si, mạn, nghi, ác, kiến". Nếu không ngăn ngừa thì sẽ xảy ra liền liền. Thời buổi này cơm, áo, gạo, tiền, làm sao tránh cho khỏi được những việc làm bất lương. Dưới danh nghĩa này cũng như danh nghĩa kia, tạo không biết bao nhiêu việc thất nhân tâm…!

Nếu chúng ta biết tu tập theo giáo pháp của đức Phật mà thực hiện được tâm tốt như là: "Từ bi, hỷ xả" cho tường tận thì hạnh phúc cũng do chính ta tạo ra, bằng như không làm được chỉ chạy theo thói đời tham đắm dục vọng thì (khổ vẫn hườn khổ…)Trong giáo lý Phật đà có câu:

"Phật tại thế thời ngã trầm luân
Kim đắc nhơn thân Phật diệt độ
Áo não tự thân đa nghiệp chướng
Bất kiến Như Lai kim sắc thân"
(Huyền Trang)

(Thuở xưa đức Phật còn tại thế, con còn trầm luân nơi nao, nay được làm người thì kim thân của đức Như Lai đã diệt độ…)

Đúng vậy, chuỗi ngày vẫn là chuỗi ngày, quá khứ vẫn là quá khứ, nếu ai đó có quá khứ tốt đẹp thì cuộc đời mình luôn luôn được an lành, còn như quá khứ đã tạo quá nhiều ác nghiệp, dù có che đậy đến đâu thì cũng không qua khỏi, "lưới trời lồng lộng…!" Trong kinh có câu:

"Quá khứ không truy tầm, tương lai không hứa hẹn, hiện tại chính là đây".

Chúng ta đang sống với hiện tại thì phải sáng suốt phải có trí tuệ phân biệt **"đâu là thiện - đâu là bất thiện."** Tâm chúng ta luôn hướng thiện và phải làm việc thiện thì không cần bận tâm chi cả.

Tóm lại, quá khứ của ai thì người đó tự biết, chuỗi ngày trôi qua cũng là bài học đáng giá ngàn vàng cho mỗi cá nhân. Buồn vui, đắc thất, chẳng qua cũng là **"vòng xoáy cuộc đời"** nằm trọn trong mỗi bản thể con người. Chính xác hơn người nào tạo nghiệp gì, thì người ấy phải gánh chịu nghiệp nấy, không thể đổ lỗi cho người khác, hay tìm cách trốn chạy. Đó không xứng đáng là người có mặt trên trái đất này. Dù có sống ở trên đời này phẩm chất tư cách cũng thấp hơn các loài chúng sinh khác. Nhân quả nhãn tiền không thể trốn tránh được.

FL, ngày 10-9-2019

Nhuận Hùng

"CÒN GÌ TRÊN ĐỈNH THỜI GIAN...!"

Chiều nay, cũng nhưng những buổi chiều qua, khi bóng hoàng hôn buông xuống thật tuyệt vời, len lẫn đám mây bàng bạc, nhợt nhạt cùng tia sáng mỗi lúc, mỗi yếu dần trông áng mây vàng, tím nhạt lãng đãng trên không, tạo nên bức tranh thủy mặc chấm phá, không thể nào diễn tả vẻ đẹp cho hết được...!

Quả tình, đúng như thế hồn tôi lúc đó lân lân chưa định thần lại được "nó" đã lạc vào thế giới ảo rồi nhỉ! "nó" nghe tiếng gọi thiêng nhiên hoang dã ở đâu đây! Hay chưa định hẳn tâm mình đang ở nơi mô? Thoáng qua giây phút phiêu bồng mơ mơ-màng màng, hư hư — thực thực, ảo đến tôi liền trở lại thực tế chỉ trong chốc lát phiêu bồng mà thôi. Sau đó tôi cũng phải chấp nhận rằng bản thân mình là tu sĩ. Không thể nào lạc cảnh giới không tưởng như thế! Tôi có thể biết gì về thế giới bên ngoài hay chưa? Để rồi hồn tôi "nó" sẽ yên ổn một chỗ không di chuyển năng lượng hay vận dụng trí tuệ, mà cũng chẳng cần va chạm đến ai nữa. Hỡi ơi! Người bạn thân thương của tôi đâu rồi nhỉ !!! Bạn đang ở nơi mô ?

Bạn ơi! Bạn đã tìm được nơi mô, để sống yên tĩnh an lành hay chưa? Hay bạn vẫn còn tiếp tục bước trên con đường hành đạo đó chăng? Dù chân mền đá cứng, bạn có đồng ý với cuộc đời còn lại hay không? Hay vẫn chu du khắp thiên hạ, tận chân trời góc biển? Rong ruổi nơi mô chưa định hướng hả bạn! Trần gian chỉ là quán trọ mà thôi! Tôi hy vọng cũng có lúc sóng yên gió lặng, bạn cùng tôi dừng chân trên con đò phiêu bạt tha phương. Bạn hỡi! Rồi sẽ được như ý nguyện, tin tưởng ngày đó sẽ đến sớm hơn dự định...Vâng! Chính tôi cũng nghĩ thế! Tất cả cũng chỉ là "mẫu số chung" dừng chân để lo việc hành đạo, tạm gọi là yên tĩnh nơi "núi rừng" xa cách với mọi người, hy vọng vẫn là hy vọng, mong sao cuối đường hầm ánh sáng vẫn còn le lói. Vẫn còn niềm tin trong sự bất hạnh.

Đúng vậy, thế giới ngày nay, ngày càng trở nên điên rồ và điên rồ hơn thế nữa. Sự bất mãn và bất an đã xảy ra hằng ngày như đang thiêu đốt chúng ta vậy. Đó là sự vô thường, không bền vững trong ba cõi, sự vô thường đó nó luôn luôn đeo đuổi tàn hại con người, dù tiên thần, hay vua chúa...cũng phải chịu chung số phận gọi là:

***"Tam giới vô an, du như hỏa trạch"** - (Kinh Pháp Hoa)*

Tạm dịch: "Giống như nhà lửa, chỗ này không phải chỗ mình ở lâu, chớ có đắm mê, phải nhớ sanh tử là việc lớn luôn luôn thức tỉnh mà thoát ra. Nhà này vách phên đều sụp đổ, đất bùn rơi rớt xuống, ý nói lên nó sẽ sụp đổ bất cứ lúc nào, nhưng mình không hay, sống trong đó không biết mình chết lúc nào, không tính trước được. Song cần nhất là phải nhận ra được "ông chủ" ở trong đó.

Ngài Lâm Tế nói:"Ở trong đó có một vị Chơn Nhơn không có ngôi thứ gì hết." Trong đó tức trong thân mình đây, có một vị Chơn Nhơn là con người chân thật. "Con người đó thường ra vào ở ngay mặt các ông" mà mình không hay không biết gì hết. Làm sao "nó" thường ra vào trong người mình? Tức luôn luôn "nó" thấy, nghe đủ thứ hết vào đó mà mình không nhận được con người chân thật này của mình mà lại nhận cái bị thấy, nghe cái bị nghe. Ở đây nhắc mình khéo mình thấy con người chân thật đó, thì mình mới giải quyết được cái khổ trong nhà lửa này. Ở trong nhà lửa này đầy những tạp nhơ, có rất nhiều người đang ở chỉ cho chúng sanh".

Ngọn lửa từ trong tâm khảm của những ai luôn mang lòng tham đắm vật chất, nó sẽ ngấm ngầm và càng nhiều hơn thế nữa. Lửa đó "nó" giống như những cơn bệnh dịch lan truyền khắp nơi nơi. Để rồi ai ai cũng phải tránh xa ngọn lửa đó phát xuất từ tâm bất chính và nó cũng chính là (tham-sân- si…) đắm chìm nơi ấy rất hại, cho nên ai đó đã tỉnh thức cũng nên tìm lối thoát để mà ra…"

Chính vì thế đức Thế Tôn ngày xưa đã từng dạy hàng đệ tử rằng:

"Lửa nào độc hại nhất cho bằng lửa, tham – sân - si…!"

Xã hội ngày nay đã có quá nhiều sự kiện xảy ra ta không tài nào chứng kiến cho hết được, vòng xoáy của thời gian không thể ngừng lại được, cứ thế và cứ thế xoay mãi, xoay hoài. Nó quay vô cùng - vô tận không biết đến bao giờ thì trái đất này sẽ ngừng lại. Ngoại trừ những bậc cao minh thạc đức tu hành chứng đạo, thì là việc khác, không thể nghĩ bàn.

Nói một cách khác, tâm ta không còn vướng bận khi đi trên con đường Bát Chánh Đạo, noi theo gương đức Phật, sống đời phạm hạnh càng đơn giản thì càng tốt. Miễn sao cuộc sống bình an nơi ấy không chiến tranh, không khói lửa binh đao, thì mình vẫn sống yên lành, cho dù núi rừng u tịch mà tâm trí an định ở đó tham thiền, tịnh tâm tu tập là đủ rồi. Núi lạnh, chiều tà, nơi đó đối với tôi vẫn còn có nhiều kỷ niệm khó quên. Cũng tại nơi đó khiến tôi nhớ lại bài thơ cũ của một tác giả có đoạn ghi rằng:

"Tôi đi tìm và chọn nơi vắng vẻ mà sống
Thiên thai: nơi ấy có gì hơn để nói?
Khỉ hú nơi thung lũng đầy sương lạnh
Cánh cửa cỏ lau cong mình, nhuốm mầu rêu đá
Nhặt lá vàng, tôi lợp túp lều giữ rừng thông
Đào một ao nhỏ, dẫn mạch nước suối về
Giờ đây tôi quen làm chẳng cần đến thế gian...!
Nhặt lá vàng, tôi đi qua những tháng năm còn lại
Vách núi rừng, càng đi sâu càng đẹp
Nhưng cũng chẳng có ai đi đường ấy bao giờ
Mây trắng trôi mãi hững hờ trên ngọn núi
Đỉnh núi xanh, tiếng một con khỉ hú gọi bầy
Tôi cần bạn đường nào chứ nhỉ?
Ngày một già đi, tôi làm những gì mình thích!!! "
(Sayadaw U. Jotika Tỳ kheo Tâm Pháp dịch Việt)

Từ dạo ấy, tôi nhìn những dính mắc của cuộc đời mình là một gánh nặng lớn trong xã hội, rồi từ từ tôi cũng buông chúng xuống chỉ còn lại hai bàn tay trắng, với chiếc y vàng thong dong, tự tại đi khắp đó đây, không vật gì vướng bận đến tôi cả, tứ đại giai không là thế đó! Kẻ tu hành không quá bận tâm...Nếu tôi và bạn không bị cuộc đời ràng buộc, bạn và tôi sẽ có một cuộc sống an lạc - thảnh thơi nơi núi rừng cô tịch hẻo lánh này. Ở mãi tận Lake Wales, Florida là một thành phố nhỏ nơi du lịch lý tưởng của nước Mỹ, nhưng chỗ tôi và bạn đang sống không phải chốn du lịch mà là nơi núi rừng âm u - hoang tịch mịch ở đó thật yên tĩnh, xa thế giới bên ngoài dẫy đầy phồn vinh giả tạo, nhộn nhịp phố xá bon chen, lại có rất nhiều dục vọng cám dỗ như là: tài- danh- lợi- sắc, thú vui ngũ dục nơi trần gian đầy sắc mầu lộng lẫy.

Tôi và bạn đã chứng thực bài thơ "Núi Đá" giống y như chỗ tôi đang sinh sống tuy vách núi không cao nhưng tình người cũng cao. "Đỉnh núi cao hay tình người cao / Cánh cửa không ta mở lối vào / Sở trường ấy chiều dài tuệ giác / Tâm ấn tâm người đã truyền trao / Sang sông rồi thuyền bỏ lại đây / Bước ung dung tự tại như mây / Thảo am nhỏ trăng treo lơ lững / Dấu ấn thiền hạnh ngộ Đông Tây…" (Thanh Trí Cao). Nhưng nơi ấy cũng tịch mịch – lặng yên, cây cối bao phủ một màu xanh biên biếc chiếm cả hồn tôi. Ở trong đó có những tàng cây cổ thụ to lớn trông rất huyền hoặc, bí ẩn vô cùng, vẻ đẹp núi rừng không sao tả xiết…Có đôi khi tôi nghĩ tưởng, chẳng lẽ cuối đời mình mãi mãi chôn vùi nơi rừng sâu nước độc này nhỉ!!! Có khi nào bạn cùng tôi hãy đi và đi mãi mãi trên con đường chông gai, bạn có đồng hành với tôi không?

Vâng! Hay chỉ là đi mà đi trong một quảng đường nào đó thôi. Dù bạn, đi cùng tôi chung đường ngắn hay dài. Lộ trình giác ngộ ấy cũng là kẻ đồng hành trên con đường mòn, sỏi đá nơi thâm sâu cùng cốc. Hai bên đường chỉ là lối mòn nho nhỏ lau sậy um tùm, càng đi càng có cơ hội thưởng thức vẻ cảnh thiên nhiên, ẩn mật phiêu bồng. Chẳng khác nào kẻ mai danh "ẩn tích" lạc vào hang động. Giống như những phim kiếm hiệp ngày xưa, quả tình mình không muốn, nhưng nay cảnh ấy lại diễn ra trước mắt. Với ý chí và lòng cương quyết, vẫn biết rằng đây là thử thách của mình trên con đường đạo, kẻ không vào hang cọp thì làm sao biết "cọp con" vào hang hùm thì dễ nhưng ra không phải dễ đâu các bạn ạ! Nói như thế không phải mình là kẻ bỏ cuộc. Ngọn núi cao nào quyết chí thì mình sẽ chinh phục được "nó". Trước sự sinh tồn, giữa sống và chết, bạn chọn thứ nào đây? Làm mồi cho thú hả hay quyết tìm ra chân lý. Chân lý không đâu xa cả, ngay chính tại "tâm", hãy đứng thẳng lên mà bước về phía trước. Màn đêm u tối sẽ nhường bước cho ánh sánh bình minh, nếu mình có đủ ý chí và ý nguyện đi trên con đường đạo, thì không vật gì ngăn cản được. Tiếng chim muông líu rít, tung tăng trên cành cây hòa quyện với núi rừng trùng điệp, tiếng hót lãnh lót của những con chim gỏ kiến đem đến sự bình an sâu thẳm mà bạn không bao giờ cảm nhận được. Khi bạn sống giữa những con người luôn luôn nhìn bạn bằng cặp mặt không mấy thiện cảm. Họ còn tuôn ra những lời lẽ khiếm nhã, đối với mình chẳng khác nào là kẻ bị đè bẹp dưới tảng đá, mà cỏ dại vẫn cố nhô lên. Nhưng nói cho cùng sự thật bao giờ cũng là sự thật, chân lý vẫn là chân lý không thể nào bị uốn cong. "Lưới trời lồng lộng tuy thưa nhưng khó thoát"

Có những lúc rảnh rỗi tôi ngồi thiền tĩnh tọa, hằng giờ tỉnh ngộ ra là đức Phật ngày xưa Ngài đã từng ngồi dưới gốc cây Bồ Đề cổ thụ, những chùm rễ xum xê buông xuống, từ các nhánh cây, mấy con thỏ nhỏ và chim muông vây quanh Ngài, ở cạnh bên bờ hồ là ngọn núi lớn. Đêm về, vầng trăng sáng vươn lên trên ngọn đồi xanh thẳm một màu…khung cảnh ấy thật là tuyệt vời yên tĩnh tuyệt đối. Không tham- sân- si, không ngã mạn, ghen ty, ty hiểm…Một biểu tượng hoàn hảo của sự yên lành, bình an một cảm giác không thể diễn tả được. Đức Phật ngồi tĩnh lặng tuyệt đối trên gương mặt Ngài rạng rỡ, tỏa rạng hào quang mát lành, Ngài đúng là một bậc Chánh Đẳng - Chánh Giác, hoàn toàn thoát tục, vượt qua cảnh giới tam thiên, đại thiên thế giới. Chứng thành Phật quả là bậc đạo sư không ai sánh bằng. Giáo lý của Ngài vẫn còn lan truyền đến ngày nay. Quả thật Đức Bổn Sư Thích Ca là bức tranh quá tuyệt hảo cho đàn hậu học noi theo và tiếp tục trên con đường hoằng hóa độ sanh từ đây mãi mãi về sau.

Sức tưởng tượng rất có khả quan và nó cũng có một sức mạnh phi thường khi bạn tưởng tượng một tâm trạng bình an, tâm bạn sẽ trở nên an bình ngay. Mặc khác "nếu bạn" bị những những cơn ác mộng bủa vây thì sẽ sao đây? Có phải chăng lúc đó tâm bạn bấn loạn không, tuy là mơ nhưng bạn cũng cảm thấy khiếp đảm vô cùng chăng? Những cảnh tượng giết chóc nào đó xuất hiện trong tâm trí bạn, bạn sẽ bất an ngay tức khắc. Chưa kể những cảnh hãi hùng xuất hiện trước mắt bạn, tâm bạn sẽ kinh khủng hơn thế nữa.

Bởi vậy, bạn và tôi cũng có quyền lựa chọn giữa cái (thiện và bất thiện) giữa cảnh núi rừng trùng điệp (bình an hay chốn phố xá xôn xao) mà luôn có nhiều bất an đang rình rập.(Cũng như dịch bệnh – thiên tai – bão tố…) Cảnh ấy tuy có khác nhưng lại trái nghịch nhau, bạn và tôi chọn lựa cho thật kỹ.

Tóm lại, hoàng hôn rực rỡ sắc mầu tuyệt vời. Tôi và bạn đang ngắm cảnh chiều tà thật đẹp trên đỉnh núi, bầu trời chuyển mầu từ vàng nhạt chuyển sang đỏ nhạt, rồi từ từ tắt hẳn... Đôi khi chúng ta lãng quên vẻ đẹp của tạo hóa ban cho mà chỉ vì cuộc sống quá ư bận rộn, cơm, áo, gạo, tiền cảnh dù có đẹp đi chăng nữa, nó cũng chẳng có quan trọng gì đến với chúng ta! Miễn sao tâm ta phân biệt rõ ràng, việc gì đang làm và việc gì không nên làm, có như thế bản thân bạn và tôi sẽ sống thỏa mái.

Hầu như ai ai cũng chỉ thích sống theo sở thích, không muốn bị ràng buộc, bởi cái này hoặc cái kia…Sống trong một thế giới đại đồng văn minh tiến bộ khiến lòng người dễ bị chao đảo…Vật chất là "chủ nhân ông". Các bạn, cũng cần có định hướng rõ ràng, cũng như con thuyền lênh đênh trên biển cả, cần có la bàn mới có thể lèo lái thuyền đi tới đích.

Đi vào thật tế, những cảnh tượng thiên nhiên tuyệt vời ấy,

chúng cũng làm cho tâm hồn bạn thong thả yêu thương, vẻ đẹp thiên nhiên mà sống với những tháng ngày vui vẻ hồn nhiên. Trên cánh đồng xanh bao la rộng lớn hoặc là những khu rừng đầy vẻ huyền bí "thâm sơn cùng cốc" hay những hải đảo đẹp tuyệt vời…Cảnh chiều tàn trên dòng sông lắm lúc nhiếp ảnh gia họ cũng cần nắm bắt thời gian ghi lại những tấm hình nghệ thuật 'ấy"…Càng nhìn lại càng thêm sầu, thêm thảm nhớ về quá khứ xa xưa. Bởi thế người xưa thường nói: "Người buồn cảnh có vui đâu bao giờ" Chỉ qua tấm ảnh "nghê thuật" mà tâm trạng ai đó cũng thể hiện được…!

Theo tôi nghĩ, cuộc sống đơn giản bao nhiêu thì mình sẽ có bấy nhiêu an lành. Nghĩ một cách thô thiển, như buổi chiều tà trên sông, chúng ta sẽ nhớ lại câu kinh ghi rằng:

"Thị nhựt dĩ hóa, mạng diệt tùy giảm, như thiểu thủy ngư, tư hữu hà lạc, đại chúng đương cần tinh tấn, như cứu đầu nhiên, đản niệm vô thường, thận vật phóng dật". (Mông sơn thí thực) - công phu chiều.

(Thời gian qua mau, mạng sống con người cũng giảm dần, giống như con cá ở trong bể nước bị rò rỉ đang chờ chết thì có gì mà vui thú!...Hơn thế nữa, quý Phật Tử sẽ thấy cuộc đời này tuy là vô thường bất an, nhưng lại đáng...là không thể nào bảo đảm cho mạng sống của mình trước sự hủy diệt của quỷ dữ, cầu mong đại chúng nổ lực tinh tấn gấp rút công phu tu tập, như cứu lửa đang cháy ở trên đầu. Hãy thận trọng chớ buông lung phóng dật vì vô thường cận kề trong đời sống…)

Xin được kết thúc bài này tôi mượn tựa đề "Còn Gì Trên Đỉnh Thời Gian…!" Mà quán chiếu cuộc đời, vô thường bằng cách thiền quán nhìn sự vật thiên nhiên mà diễn tả dòng đời sinh diệt…!

Nhưng nhớ cho rằng nếu ta không thiền quán thường xuyên, quán qua sự vật hiện hữu như là quán ánh sáng chân lý của cuộc đời. Sự kiện xảy ra từ sáng đến tối và ngược lại. Chúng ta sẽ thấy diễn biến như thế nào không khéo "nó" có thể tắt đi không lời giải thích.

-Thiền quán cũng là cách quán tĩnh lặng, nhìn sự vật "như nó là…" không suy luận, không biện giải, không phê phán…!

-Chỉ nhìn mà thôi và nhìn, nhìn rất kỹ, chính vì tĩnh lặng nhìn kỹ và nghiền ngẫm như thế cho nên chúng ta mới có thể "ngộ" mà ngộ ra (thấy rõ) chân lý trong sự vật.

-Nếu ta không thiền quán, mà lại thích triết lý, lý luận và thuyết giảng tức là các thứ thuộc về chữ nghĩa, thì ánh sáng chân lý của ta có thể tắt lịm như buổi "chiều tà" đi vào màn đêm u tối, không có lối ra. U minh vẫn hườn u minh. Trong cõi vô minh là thế đó! Ánh sánh và bóng tối là hai thế cực khác nhau, cũng như âm và dương trong cõi ta bà này, nhưng giảng giải ra rất dài dòng xin hẹn lại kỳ khác.

Nói cho cùng, tóm lại màn đêm chấm dứt thì ánh sánh bình minh sẽ tỏ rạng, tâm ta lúc ấy sẽ bừng tỉnh, mọi vạn vật sẽ nảy sinh dưới ánh sáng mặt trời và chào đón một ngày mới bắt đầu, nghĩa là: "Còn Gì Trên - Đỉnh Thời Gian…!"

Florida ngày 1-10-2019

Nhuận Hùng

ẢO MỘNG - TRẦN GIAN

Có nhiều lúc tôi cứ ngỡ, cuộc đời là ảo mộng của trần gian, hay chỉ là áng mây trôi lơ lững giữa tầng không, phiêu bồng bơ vơ lạc lõng nơi mô! Hình như giòng chảy ấy "nó" có khác gì mê cung giữa chốn hồng trần, đến rồi đi ai là kẻ âu sầu thê thảm trong trần thế. Thôi thì, ta hãy chọn cho mình một hướng đi tốt đẹp hay không gian huyền ảo nào đó, chẳng hạn như chọn núi rừng tịch tịnh…phố xá phồn vinh náo nhiệt hay nơi nào đó yên tĩnh hoặc giả sông ngòi hữu tình theo sở thích riêng mình làm nơi dừng chân tu tĩnh chân tâm, bản tánh…!

Nói cho cùng, giữa không gian bao la tịch mịch trong bầu trời đầy huyền bí, nơi ấy núi rừng trùng điệp, tịch mịch tĩnh lặng, thấp thoáng tôi còn trông thấy nào là rừng thông nhấp nhô chót vót, một màu xanh của cây. Bước tới gần đó những bụi cỏ dại lê thê um tùm lau sậy, cùng nhiều những tảng đá xanh rong rêu lâu đời bao phủ in đầy dấu vết thời gian. Chắc lẽ nơi đây cũng từng có dấu chân người sinh sống nhưng hiện nay không còn chăng nữa. Vùng đất này đã trải qua bao biến động, gì đây đã trở thành hoang phế! Làm tôi liên tưởng đến dòng thơ xưa ghi rằng:

"Đất cũ ai về thương với tiếc!
Chiều ơi! Đâu những bóng thiên thần
Âm hưởng còn đây từng suy tưởng
Lá vàng cung kính bước chân nhân

Từ cõi vô sanh về trong mộng
Pháp thân hành hóa khắp muôn phương
Vời vợi thắm sâu dầy tăm tối
Tiếng chuông linh diệu nước cành dương"
Thanh Trí Cao

Hồn tôi tưởng tượng thấp thoáng ở đâu đó có một thảo am tranh nho nhỏ ẩn hiện qua mấy nhịp cầu tre bắc qua hồ nước xanh ngần, phất phơ trúc biếc thảo hoa và có lẽ đó cũng là một tác phẩm chấm phá của bức tranh thủy mặc, thêm vào đó những làn khói lam chiều ẩn hiện lãng đãng trên bầu trời, khi hoàng hôn buông xuống. Ôi! Thật tuyệt vời, đó là tác phẩm khó mà diễn tả bằng lời được… Ở đâu? ở đó, có gì chăng!

"Sơn cùng thủy phúc nghi vô lộ,
liễu ám hoa minh hựu nhất thôn"

Tạm dịch nghĩa: (Núi cùng nước tận ngờ hết lối, bóng liễu hoa tươi lại một làng). Nghĩa là: (giữa cảnh núi non trùng điệp, sông ngòi chằng chịt, tưởng như không còn đường đi nữa, thì bỗng nhiên ở ngay trước mắt phát hiện, thấy trong bóng mát của rặng liễu xanh có khóm hoa tươi đẹp rực rỡ sắc màu và còn có một thôn làng thanh bình, yên ả.)

Khi gặp những chuyện không vui, không như ý, không toại nguyện, thậm chí là rơi vào hoàn cảnh tưởng như bần cùng, vô vọng, không lối thoát thì bạn cũng chớ bi quan, nản lòng, lùi một bước mà hãy cứ xuất tâm, xuất niệm làm tiếp, bước tiếp về phía trước xem sao. Khi đó không chừng phía trước mắt bạn sẽ mở ra một con đường mới, một lối thoát mới, một tầm cao mới thênh thang hy vọng và ngập tràn ánh sáng của hạnh phúc và tự do, (cùng tắc biến, biến tắc thông là thế đó!).

Hồn thơ, hồn nước quyện hòa cùng hồn thiêng sông núi mỹ lệ, tạo nên cảnh tiêu dao tháng ngày ủ rũ, từ xa xưa cho đến ngày nay, những kẻ tha phương, thường dùng "văn dĩ -tải đạo" giải bày nỗi lòng u uẩn. Văn chương cũng là hơi thở cho tâm hồn, bồng bềnh chan chứa giữa núi rừng tịch mịch, sâu thẳm trong tâm khảm của ai đó!…Cảm nhận được chúng, "nó" toát ra từ đáy lòng thầm kín đã cưu mang lấy "nó" theo thời gian, tôi nhớ tác giả ghi lại rằng:

"Lắng nghe hơi thở vào ra
Ngàn năm thân thế sương sa đầu cành
Lắng nghe hơi thở mong manh
Sợi thương- sợi nhớ dệt thành mộng cơn
Lắng nghe hơi thở mỏi mòn
Trái tim nhịp đập mãi còn lang thang
Lắng nghe hơi thở dịu dàng
Câu thơ đại định non ngàn vắng không!"
　　　Minh Đức Triều Tâm Ảnh

Kỳ lạ thay! niềm cảm hứng của sức mạnh tuyệt vời hòa cùng sức sống sáng tạo diệu thường, dường như ai đó đã cảm thông, cùng tác giả khai mở mạch nguồn văn chương lai láng suốt bao năm trường, dù là núi rừng tịch mịch đi chăng nữa! Chung quanh thiếu thốn đủ bề nhưng tâm hồn văn chương chữ nghĩa vẫn sáng trong không hề bị ai đó ngăn chận lại. Nó vẫn luôn luôn sáng như pha lê trong như thủy tinh, cứng như thạch nhủ trong hang động…giống như những "ẩn sĩ" trong rừng sâu ngồi thiền tịnh, tịch nhiên bất động giữa dòng đời đầy biến động.

Cho dù sống giữa thâm sâu cùng cốc, nhưng văn chương vẫn trào dâng không ngớt ngàn chữ nghĩa lai láng cùng với thời gian bồng bềnh trôi nổi giữa phong ba bão táp.

VÒNG XOÁY CUỘC ĐỜI

"Nhìn xem hoa lá hữu tình
Mở ra vô tận trang kinh đời này
Bước ra thấy núi tọa thiền
Bước vô thấy Phật an nhiên mỉm cười
Trong ngoài chẳng thấy chữ "như"
Mình còn ham viết bụi rơi cửa ngoài"
     Minh Đức Triều Tâm Ảnh

Tùng xanh trúc biếc thông ngàn, bạc vươn vờn gió - trăng lộng, không gian tịch mờ…!

Nói đến đây hồn ai đó…đã mượn mây, trời non nước dựng lên bức tranh tuyệt vời, một cuộc đời, một người tu, một chốn hoang sơ, phải chăng ai đó gieo mình nơi đây? Dẫu chăng cuộc sống trớ trêu, hồn văn lai láng vẫn còn có ta, dòng đời như thế nổi trôi. Vẫn trong sâu thẳm ai mà biết ai, biết ai, ai biết mà biết ai…dòng đời như thế trôi vào hư không, giữa đời mộng tưởng bao quanh, còn chi ta tưởng tháng ngày tiêu dao, thiên thu thì mặc thiên thu, hồn ta còn đó vấn vương làm gì!

"Tôi đi từ đã đáy lòng thật tâm
Thương trần gian không dám hé môi
Tôi chẳng biết nơi nào là quán trọ
Kiếp sống tha phương cố quận bao giờ!
Nếu còn thở! tôi vẫn còn bày tỏ
Mến cuộc đời với hạnh nguyện dấn thân."
     Thanh Trí Cao

Khi thấy, dòng đời như trăng, lồng lộng trong bóng nước chảy trôi dạt dào thì bao nhiêu phiền não khổ đau trĩu nặng oằn vai trong cõi người ta, bỗng chốc tan biến và tất nhiên thân ta liền thấy nhẹ nhõm, cất tiếng hát vang cùng nhịp bước tung tăng giữa núi rừng bao la tịch mịch. Chẳng còn bận chi nặng nợ với trần gian trầm trọng âu sầu thê thảm. Sầu riêng ai bẻ làm đôi, nửa in chiếc bóng, nửa trao cho người, "ấy" ta đã biết là hư ảo của thế gian rồi, thì chúng chỉ là phù du mộng ảo, là bọt nước là sóng biển là mộng tưởng của trần gian. Ta phải thoát ra cảnh giới dục vọng, tham –sân- si thì mới có thể bước đến bến bờ giải thoát. "Vạn pháp giai không, duyên sinh hư huyễn"

Mượn dòng tri kỷ nên thơ, tình đời - lý đạo giao thoa chốn này, ta bà này có chi đâu niềm tin tri kỷ tặng người bạn thân, tri âm thắm thiết tháng ngày, không lời diễn tả nên chi, ta về nối lại dây rừng, tình sâu như đá, nghĩa lòng như hoa.

Sống ở núi mà hồn chưa hóa núi, cho nên lẩn thẩn một dòng sông, lẩn thẩn như cánh chim rừng hoàng hôn ướt xẫm, cánh bèo xao xuyến nỗi sầu đông đưa.

Giữa nhân sinh trường mộng, mỗi người chúng ta ít nhiều va chạm với nỗi buồn cô độc khốc liệt như thế, họ sẵn sàng đón nhận một (tri âm) nào đó, tâm đắc với họ, đồng lòng chấp nhận một sự cô đơn, lẽ loi, đơn độc trong lối sống một mình, một cõi nhưng rất đậm đà thân mật hòa quyện cùng thời gian, không gian, không oán trách cuộc đời. Cám ơn cuộc đời đã khiến bạn như thế để bạn có thể sống với cuộc cuộc đời tự lực với thế giới hoàn toàn xa lạc, mà không cảm thấy "bất an" vì tâm họ đã "an" trong mọi hoàn cảnh…Tự do - tự tại thênh thang trên lộ trình khám phá để đạt tới bến bờ giải thoát bao muộn phiền của thế gian đầy ngũ trược ác thế này. Để tâm trí tung bay giữa bầu trời cao rộng nào đó không còn những rành buộc bao quanh, bởi ngũ dục, (tiền, tài, danh, lợi, sắc dục…)Chính sự cô đơn đó là nguồn cảm hứng sáng tạo vô biên, trong cuộc sống dẫy đầy: (hỷ, nộ, ái, ố…)

Bạn đã chọn cho mình một thái độ ẩn dật giữa chốn núi rừng, âm u tịch mịch. Biết rõ tận tường chuyện đời là thế đó đảo điên mưu mô xảo trá của những kẻ đầy xảo quyệt đem ra cân đo, tính đếm với những người yếu hèn hơn họ, thật là bất công vô cùng…! Thôi xin đừng nói nữa!!!

Nói cho cùng, thế gian này ai ai cũng thấy rõ mọi hiện tượng mạnh được yếu thua nhưng không ai làm gì hơn được nếu bình đẳng hết thì thế gian này còn việc gì để nói. Cho nên nơi cõi ta bà đã sống thì phải chấp nhận cảnh tranh dành đấu đá lẫn nhau, trên thương trường cũng như chiến trường…mọi sự sống đều phải đánh đổi bằng công sức chứ không ai mà ngồi đó chờ sung rụng cả. Phải nỗ lực và nỡ lực hơn thế nữa (Ảo Mộng – Trần Gian) là thế đó…! Có chi mà phải bận tâm cho nhọc lòng.

FL, Lake Wales ngày 3/10/2019

Nhuận Hùng

THÂN PHẬN LÁ VÀNG!

Chiều xuống có những chiếc lá vàng trôi theo dòng sông hững hờ, cuốn theo thời gian năm tháng xa xôi, bất cứ nơi đâu bồng bềnh trên biển cả hay trên dòng sông nào đó, nó sẽ phải ngủ yên nơi nào đó…Dù là căn chòi hay chốn bùn lầy, giữa chốn đồng mông không quạnh hay giữa nơi núi rừng âm u tịch mịch, cũng thật là thảm thương cho nó. Ôi! Kiếp sống của những chiếc lá vàng lãng tử, mang thân phận tu sĩ làm du tăng "ẩn sĩ" như thế cũng thật là tội nghiệp! Bơ vơ giữa chốn núi rừng bao la. Thời buổi bây giờ không phải là thời thượng cổ của đức Phật hành đạo mà Chư Tăng còn lầm than cơ cực như thế ư!

Vâng! Xét cho cùng lắm lúc trên đời này chuyện gì cũng có thể xảy ra…! Ngậm "bồ hoàn" mà cứ ngỡ là mình đang ăn "bạch nha" Ai trong cuộc thì sẽ rõ sự tình hơn…! Nói cho cùng chuyện đời là thế đó! Quay đi ngoảnh lại Tăng –Tục cũng không thoát khỏi chữ "tham" bủa vây.

Cho dù, tăng sĩ "ẩn tu" du sĩ, cư sĩ…họ đã hành hoạt tại đô thị hay khắp nơi nơi nhưng có được mấy người chịu xả thân như thế! Ai ai cũng muốn mình tu học cho có kiến thức thật nhiều…mọi người cung phụng, kẻ đón người đưa tung hô kẻ…trí…đương thời. Tôi không hiểu ngày xưa chư Tổ tuyệt vời vượt thời gian và không gian, mang sự "chứng ngộ" từ kim khẩu của Đức Phật hơn hai ngàn năm vẫn còn lưu truyền đến nay, đại chúng vẫn còn tiếp tục tu tập mà còn áp dụng theo đó nữa. Có ai hiểu chăng! Chùa chiền ngày càng nhiều, Tăng chúng thì đông đảo giáo lý thì in ấn quá nhiều nhưng tâm con người ngày càng nhỏ hẹp lại. Tu hay không tu cũng thế thôi! Tâm không quảng đại thì dù có làm gì đi nữa cũng chẳng khác nào kẻ co cúm lại thôi. Đâu có lợi lộc cho ai cả mà "nói hay không nói". Ai ai cũng hiểu từ Đông sang Tây đi tìm Pháp Phật mà phó mặc dòng đời đẩy đưa theo sóng vỗ nhấp nhô, thì lấy đâu ra con đường giải thoát. Ai ai cũng muốn thu lợi cho mình trước đã còn việc khác thì tính sau…Bởi thế, đời mạt pháp giáo lý Phật đà cũng bị kẻ xấu lợi dụng làm lùi lại không thể phát triển được đó ư…!

Đúng vậy! Có những lúc cứ ngỡ rằng….! Thăng trầm trong thế gian này, đổi thay, thay đổi mãi mãi chẳng gì, hai tay trắng với chiếc y vàng, cùng đôi tay nhỏ bàng hoàng thế ư!. Có những lúc tôi nhớ bài thơ của một tác giả nào đó…đã từng viết rằng:

"Một người hành khất trong sa mạc
Chiều se, vách đá an nhàn nhìn xa
Ngồi đây bình bát áo tu
Bình an như một thiền sư chân tình.

Đời là thế ấy người ơi!
Quá năm mươi tuổi trôi qua bồng bềnh

Hơn thua tốt xấu chỉ là mộng thôi!
Ngoài kia khung cửa căn chòi nhỏ

Đầu kề trên núi, mưa rơi nhẹ nhàng.
Thân phận lá vàng bé nhỏ tả tơi…"

Nào ai biết đến, làm chi mệt lòng. Cũng vì bất hạnh mà ra nông nỗi này…Bởi vậy, trách ai, ai trách mà trách ai, trò đời điên đảo, đảo điên theo chiều, thuận duyên thì ít nghịch duyên thì nhiều, tu thì phải lội suối ngược dòng, còn không buông bỏ theo dòng, suông theo dòng nước bềnh bồng muôn nơi. Ôi thôi! Còn gì nữa! Đời là thế đó, người ơi! Chậm chân thì lỗ, nhanh chân thì lời...!

Thì thầm nhìn đám mây trôi bềnh bồng, đưa người – đưa đến chân không….! Còn trông chi nữa phiêu bồng người ơi!

Đường đời còn lắm chông gai, còn bao ngả rẽ, Lối vào cửa không, chông gai thì mặc chông gia….còn ai mong mỏi nhọc lòng nhớ trông!

Lặng nhìn lá úa bồng bềnh? Lặng nhìn trời đất muôn phần buồn tênh, Đôi dòng tâm sự chẳng suông, nhìn xem lá úa hỡi ơi! Cho người đạt ý - thấu tình lá rơi!!!, Lặng câm, như hến một đời cảm thông, tương tư lá đợi chờ mong tháng ngày! Quặn đau tim thắt se lòng biển khơi...!

Tóm lại, người viết bài này muốn đi đến tận cuối đường làng…, ở đó gom lại, bao nhiêu lá vàng, lá ơi!!! Tìm đâu cho thấy chân tình, người xưa cảnh cũ giờ này ở đâu? Thương chi thân phận lá vàng bơ vơ! Tôi còn nhớ bài thơ dưới đây nhưng không nhớ rõ tác giả…xin được chia sẽ cùng quý vị:

"Về thôi cát bụi đá vàng
Về thôi cuộc mộng non ngàn phù vân
Đêm nay buốt giá phiêu bồng
Lặng nghe chiếc lá bạt dòng sương bay"

"Thiên hạ đại loạn đều do tham chấp, thế nhân hỏi ta "đạo" ở nơi đâu? Thuận theo tự nhiên vạn vật hài hòa, đạo ở bên cạnh mỗi người, đạo ở khắp nơi nơi, đạo ở trên con đường mà chúng ta đang tìm kiếm..." (Lão Tử)

FL, Ngày 21/10/2019

Nhuận Hùng

NỖI LÒNG
HẠT MƯA LAKE WALES

Có những đêm tôi không ngủ được, ngoài trời vẫn đổ mưa, cơn mưa triền miên nhìn những giọt mưa rơi qua khung cửa kiếng, mưa rơi tí tách mưa rơi triền miên, mưa cho nhân tình thái thế! Mưa cho lòng người khôn nguôi, mưa ơi! là mưa, mưa nhớ ai, mưa ơi! Mưa mang bao niềm vui hay bao sầu thương phải chăng mưa trong lòng ta! Mưa ngoài biên cương hay mưa trong chiến trường, mưa trong bão táp sa mạc, mưa trong lòng người đầy tham đắm. Hỡi ơi!!! Mưa ơi, là mưa ơi!

Đúng thế, mưa không những là mưa bình thường mà mưa trong lòng người tha phương viễn xứ, nơi khung trời xa lạ, ở đấy chỉ toàn là rừng núi mênh mông, cây rừng bao phủ, tịch mịch giữa chốn an nhiên tịch tịnh phải chăng, nơi đây đêm đêm thường mưa hay mưa trong đêm trường u minh - tịch tĩnh -lặng thinh. Ta ngồi tịnh tâm nghe rõ từng giọt mưa, mưa rơi nhỏ xuống thật thấm thiết vô cùng. Ôi! những hạt mưa ấy còn tâm tư trò chuyện với ta suốt thâu đêm trường! Nơi "ấy" đã gói trọn và đưa ta đến tận cảnh giới phiêu bồng lãng đãng - chu du khắp nơi nơi. Ai trầm lặng, ai người trầm lặng…Ta đây cũng thế! Phút giây tĩnh lặng hồn phiêu nơi nào?

Nếu ai đó chưa từng nếm trải qua, cũng nên thử nghiệm qua một lần, sẽ hiểu ngay sống đời đơn độc núi rừng bao la - hẻo lánh, "một mình - một cõi" hiểu ngay "tâm" mình. Tu hành như thế có an ổn không? Hay cần ở những nơi đô thị "náo nhiệt" mới tốt, nhưng mỗi hoàn cảnh đều có những (ưu hay phiền) tuy khác nhau. Nhưng chúng ta cũng cần phải thích nghi theo hoàn cảnh sở tại. Đó cũng là điểm son "thử thách" bước đường hành đạo của chính mình. Thật là quý hóa vô cùng, ngày xưa chư tổ luôn tìm những nơi thật là nguy hiểm, hùm lang thú dữ dấn thân tới đó mà tu hành, hàng phục ác thú… Còn ngày nay chúng ta tu hành thì ra sao? Mỗi người mỗi hoàn cảnh, không thể so sánh được…! Vâng! Lý luận cũng chỉ là lý luận…!

Ở đây cảnh thiếu thốn khó khăn, về quá như ngày xưa chỉ có một, không có hai, con đường nào chọn lựa chỉ tiến chớ không có đường lùi.

Sơ lược qua xóm làng chung quanh nơi chỗ tôi đang ở thật là thú vị vô cùng, cây rừng xanh thẳm hồ nước bao la cá sấu tung tăng bơi lội đó là thế giới an bình của chúng, không ai được quyền bất khả xâm phạm. Bởi thế, người xưa thường nói:

"Đi một ngày đàng, học một sàng khôn"

Dân bản xứ ở đây họ sống, không như những người ở phố thị phồn vinh ồ ào náo nhiệt, mà họ lại thích chọn một nơi rất tịch mịch yên lặng và sâu thẳm trong rừng hoang vu xa hẳn thế giới giả tạo bên ngoài. Đời sống của họ rất yên ổn, nhà này cách nhà kia ít nhất gầm 300 foot, đi bộ thật là mỏi chân hay nói một cách khác là băng qua một cánh rừng nho nhỏ toàn cây cối um tùm trông rất thơ mộng và hữu tình. Chẳng khác nào những cảnh tượng xinh đẹp mà ta thường thấy trên phim ảnh, cây cối rất xanh tươi và mát mẻ. Ở đây có những lúc tôi ngỡ rằng mình đã quay về lại những chuỗi ngày xa xưa của những năm tháng. Thập niên 40 hoặc 50 gì đó về những thế hệ trước, những lối sống của người tiền sử, không ồn ào không bon chen, mặc cho thế sự bên ngoài đảo điên. Họ sống giống như những bậc tu hành ẩn mật trong rừng sâu lánh xa cõi hồng trần. Có những lúc tôi nhìn thấy họ, lái xe chạy qua lại trên con đường nhựa nhỏ hẹp vừa đủ cho hai chiếc xe nghịch chiều. Nhìn cho kỹ những chiếc xe này qua lại, trông giống robot không bon chen, không bóp còi, không chen lấn từ từ mà đi, thật chậm rãi nhàn hạ, xe này nối đuôi xe kia.

Thú vị thật, vô cùng rất ư! Trật tự như xe không người lái, tôi không thể tưởng tưởng tượng được cảnh lái xe kiểu này, chẳng ai than phiền hay bực dọc, bực tức với ai cả cũng chả cần gấp gáp chạy đua với chiếc đồng hồ. Chẳng khác nào như những bậc sa môn ôm bình bát đi hành thiền trên đường phố. Từ từ rồi lại từ từ chỉ thêm câu niệm Phật nữa, là đủ đạo tràng robot bằng xe nhịp nhàng...đó ư!

Chính vì, họ là những người bản xứ đã sống lâu đời trên mảnh đất tổ tiên này, có lối sống tĩnh lặng như thế, tôi cố nhìn cho kỹ thấy họ vẫn còn trẻ trung năng nổ như ai chớ không phải hạng người chờ ngày đi du lịch không gian. Hay họ sẽ đi gặp tiên tổ nơi suối vàng nào đó! Thật đáng kính! Họ sống vô cùng thầm lặng: "gần bùn mà chẳng hôi tanh bùn".

Họ vẫn có gia đình con cái hẳn hoi, đời sống sao mà quá ư lạnh nhạt, phải chăng họ rập khuôn của ai đó chăng?

Tâm tánh họ không vội vàng vì danh - vì lợi cũng đã thấu hiểu được sự đời rồi nên chỉ biết "tri túc" sống đủ mà thôi. Họ cũng đâu có biết gì về giáo lý đà của Phật Giáo mình đâu? Mà sống im lặng như "bụt" Thật là tội nghiệp!

Thiết nghĩ, sống vội vàng chỉ vì cơm áo gạo tiền chạy đua với thời gian cũng mệt mỏi. Đời sống của những người này cũng thế không ngoài lo cho mọi sinh hoạt hằng ngày...mà sao tôi có cảm nhận được họ sống rất bình thản không chút lo toan, vội vả chạy theo thời gian, năm tháng. Có những lúc tôi cứ ngỡ rằng họ sống ở đây như là người máy, trong một xã hội đương đại.

Miền quê xứ Mỹ yêu kiều, khác hẳn những thành phố xa hoa nhộn nhịp, phồn vinh, bon chen và náo nhiệt xe cộ chen chúc nhau. Không ai nhường ai, mặc dù luật lệ đã có sẵn, cảnh sát giao thông dẫy đầy cộng thêm những chiếc máy camera thu hình nhưng họ vẫn ngang nhiên không chút sợ hãi. Tai nạn có thể xảy ra bất cứ lúc nào, hậu quả khó lường cho bản thân họ...!

Thật vậy, đời sống ở đâu thì quen theo nấy, tóm lại tâm an bình dù chân trời góc biển đâu đâu cũng thế. Đức Phật đã dạy:

"Bình thường tâm thị đạo"

Đúng vậy, "tâm" chúng ta không bình thì làm sao thế giới này bình an được. Mọi việc trong gia đình hay hội đoàn, đoàn thể, chùa chiền, nhà thờ, giáo đường trường học chưa bình yên được huống hồ thế giới đại đồng...Không ai chịu thua ai, chỉ có ta là "số một" vậy ai chấp nhận làm số "hai" ở đây. Mãi mãi như thế này rồi sẽ có một ngày nào đó thế giới sẽ nổ tung lên, thì chừng ấy chúng sẽ thốt lên răng:

"À hé...!" Thật ra, mình không nhịn được họ, lùi một bước mà không chịu, chỉ muốn gây thêm sóng gió mới thôi.

 "Lùi một bước, biển rộng - trời cao..."

Nói như thế, mà làm được như vậy thì thế giới đã an lành rồi, lo chi chiến tranh, sự phát triển bây giờ của thế giới hiện đại, khoa học kỹ thuật điện năng đa chiều đã khiến cho không biết bao nhiêu người lao vào "vòng xoáy" nguyên tử lực. Bạn muốn thâu tóm thiên hạ! Về một mối cho quốc gia mình, thật là "đại họa" vô cùng, khiếp đảm thay! Nói tóm lại trái đất này "nó" nhỏ lắm, vỏn vẹn trong lòng bàn tay bạn mà thôi!

Chúng ta phải biết trân trọng "nó" chớ đừng vì lòng tham lam vô độ mà phá cho "nó" nổ tung ra. Thật đáng tiếc vô cùng, trái đất là một kỳ quan trong đó có rất nhiều cảnh đẹp thiên nhiên đã ban tặng cho chúng ta. Dùng nguyên tử lực mà phá hủy trái đất, thật là điều oái ăm, không thể nghĩ bàn! Nếu chúng ta có thể dùng "thần thông biến hóa" mà bước ra khỏi quả địa cầu này, lúc bấy giờ bạn mới thấy rõ quanh ta, còn có biết bao nhiêu vũ trụ khác đang quay quanh trái đất, chớ không riêng gì quả địa cầu "yêu quý" này đâu?

Thử tưởng tượng lại, chúng ta hiện giờ chẳng khác nào con kiến bò trong lòng chén. Vũ trụ bao la, tinh tú bao la vô cùng vô tận tính sao cho hết số lượng. Trong mỗi hành tinh đều có sự sống khác nhau. Ngay ở trên quả đất này chúng ta còn chưa biết hết được, địa dư và phong cảnh của các nước huống hồ chi thế giới bên ngoài hành tinh.

Bạn thử nghĩ, mình chỉ là hạt cát "nhỏ" trong sa mạc, mà cứ ngỡ mình là trùm cả "thiên hạ" này. Nếu tưởng tượng như vậy mình chỉ là sống trong ảo giác, chẳng khác nào mình đang "đồng hóa" giữa tiên và phàm hay khoa học viễn tưởng, trong giáo lý Phật đà gọi là "lấy vọng - làm chơn" nếu sống như thể thì quá điên rồ rồi. Cuộc sống xưa nay bình lặng quá ư nhàm chán…! Cho nên thế giới bây giờ văn minh, con người chạy theo quá mệt mỏi. Tất cả tiện nghi chỉ thêm bận rộn trí não. Nếu đuổi không kịp "chúng" mọi người sẽ cho mình là lạc hậu.

Cho nên mọi sự hiện hữu trên màn ảnh vô tuyến (intrenet) người chỉ cần nhắc chuột là có thể lạc vào thế giới mê cung, sa vào ảo giác sẽ không có lối ra. Nhất là trẻ em bây giờ hầu như chúng rất mê "games" ở đâu cũng vậy, quên ăn – quên ngủ…! "Lợi bất cập hại" Các bậc phụ huynh cần lưu tâm, sống trong thời đại tân tiến cũng nên tìm hiểu, theo dõi và hướng dẫn bọn trẻ (game nào là tốt, game nào không tốt..) trò chơi trên màn ảnh điện tử…! Sự phát triển thế giới văn minh là tốt, nhưng chúng vẫn có hai mặt, thận trọng là tốt hơn. Sống phải thực tế, luôn luôn biết yêu thương – chia sẻ mọi người chung quanh khi gặp khốn khó…!

Ngày nay thế giới đã chứng minh cho chúng ta thấy rõ sự lợi hại của thế giới điện toán (internet)...Thế giới bây giờ nằm gọn trong chiếc điện thoại (cell phone). Vậy đến bao giờ thế giới sẽ phát minh thêm những thứ tối tân hơn bây giờ, chúng ta hãy đợi đó mà xem..? Càng văn minh con người càng mất hết đạo đức và tình người. Chỉ biết chạy theo sự phát triển của máy móc mà thôi. Thật là khiếp đảm vô cùng mỗi khi nghĩ tới.

Theo tôi nghĩ đời sống mà biết áp dụng đem đạo vào đời, chẳng hạn như: "Bát Chánh Đạo" trong giáo lý Phật đà gồm: "...Chính Ngữ, Chánh Tư Duy, Chánh Nghiệp, Chánh Định..." Nếu biết áp dụng giáo pháp ấy, sẽ giúp chúng ta phát triển chớ không phải làm cho chúng ta cằn cỗi - như một trong tám bước tuyệt đối, cần thiết trên con đường giác ngộ?

Do đó, theo tôi thiết nghĩ việc tìm nghề nghiệp cho bản thân chính cho mình đang sống trong xã hội này trên thế giới ngày nay là một pháp môn quan trọng khi ta sống biết áp dụng con đường Bát Chánh Đạo cho đúng nghĩa. Vậy chúng ta, sẽ phát triển tâm linh vững vàng hiểu rõ cội nguồn của sự sinh tử luân hồi. Luôn luôn hướng về phía trước phải làm việc cho đúng với lương tâm mình không mưu lợi tư riêng hoặc kiếm cách phá hoại những sự êm đẹp trong đoàn thể cũng như xã hội đại đồng này. Có như thế những "hạt mưa" kia sẽ rửa sạch bao nhiêu ưu phiền, phiền não trong cuộc sống, mưa cũng là hạt nước cam lồ tưới tẩm lòng người viễn xứ trong ngày khô khan nắng hạn.

Tóm lại nói một cách khác chúng ta cần nỗ lực, trọn vẹn toàn tâm, toàn ý trong nghề nghiệp của chính mình không xem sự đời thật buồn tẻ chán nản mà gây sự xao lãng trong lòng người viễn xứ cũng như **nỗi lòng hạt** mưa bé nhỏ tại Lake Wales.

FL, Lake Wales, ngày 30/10/2019
.

TRÀ ẤM – TÌNH NỒNG

Hớp một ngụm trà còn đang nóng hổi, hồn tôi mãi lâng lâng thưởng thức vị trà thật đắng nhưng cũng có hậu của "trà" lưu lại mùi hương thoang thoải. Khiến cho tôi tỉnh táo lại đưa mắt nhìn ra bầu trời ảm đảm, mây đen giăng phủ khắp nơi nơi, cơn mưa cuối mùa đổ xuống. Những hạt mưa chen chúc nhau vương vãi khắp mặt đường trắng xóa. Lòng người cũng man mác hình như ở đây mưa quá nhiều…!

Những chiếc lá vàng đua nhau rơi rụng khắp sân vườn. Nó báo hiệu cho một năm sắp trôi qua theo luật định tuần hoàn vũ trụ. Xuân qua Hè đến, Thu đi Đông lại, dòng thời gian là thế đó! Chúng chẳng chờ, cũng chẳng đợi ai, hớp thêm ngụm trà nữa, tôi cảm thấy mình tỉnh táo lại, phải chăng vị đắng của tách trà đậm làm cho tôi chợt nhớ lại dĩ vãng xa xưa…!

Đúng thế, thời gian không thể ngừng lại, để chờ - để đợi một ai đó…! Mà sự hiện hữu nào rồi cũng phải đi qua chầm chậm hình như chúng không bao giờ muốn trở lại với chúng ta. "Bất tăng, bất giảm, bất cấu, bất tịnh….” trong “Bát Nhã Tâm Kinh” đã nói lên những gì, trong thế giới ta bà. Hôm nay, còn vương vấn nghiệp duyên, tình đời chưa thoát ra khỏi vòng bể ái - nguồn mê vẫn lặn hụp, đằm chìm trong cõi hồng trần. Chúng “nó” đâu có mãi mãi là mầu hồng cho ta ngắm nhìn đâu! Rồi một lúc nào đó “nó” cũng có thể biến thành mầu đen. Ôi thôi! Lúc khiến đó “nó” cho ta điên đảo vô cùng, vô tận mãi cho đến ngày sau. Nói cho cùng nghiệp duyên chưa dứt, chúng còn lôi cuốn ta vào những kiếp lai sinh nữa. Nợ cũ trả chưa xong, cộng thêm nợ mới nữa thì làm sao đây? Lẩn quẩn trong vòng luân hồi biết đến bao giờ chúng ta mới thoát ra được, nếu không lo tu tập theo giáo pháp Đại Thừa của Đức Thế Tôn, hầu mong giải thoát luân hồi sanh tử. Còn không chỉ là bám theo dòng đời cùng một mớ hỗn độn mà thôi.

Sáng nay, cũng nhưng những buổi sáng đã qua sau khi cơn mưa tạnh hẳn. Ánh bình minh lần lần ló dạng, từ từ lên cao, lên thật cao, tỏa ra sức nóng bao trùm nơi nơi. Thật là ấm áp vô cùng, nơi không có mặt trời chiếu rọi, có lẽ lạnh lẽo và u tối vô cùng.

Những tia nắng, đã xua tan màn đêm u tối và cũng sưởi ấm lại cảnh trí chung quanh ta. Ấm lên, ấm cả tình người viễn xứ, hạt nắng kia tuy nhỏ, nhưng “nó” cũng đã xuyên qua từng khẽ lá, nhành cây, thấu thị đến đám mây xanh, hòa quyện cùng nhau nô đùa với cụm mây trắng hững hờ chầm chậm trôi qua. Trên bầu trời phiêu bồng cao tít mấy tầng không, hồn như lãng đãng nhẹ nhàng, thong dong tự tại. Hạt nắng nọ như tiên ông cỡi mây - về gió vân du đó đây!

Chúng sẽ lạc vào thế giới huyền ảo, tưởng chừng cũng đã giống như bức tranh thủy mặc, chấm phá rất rõ ràng. Hiện ra nơi đây tôi đang sinh sống. Ở làng Lake Wales, Florida vô số vẻ đẹp tự nhiên, nhưng tất nhiên nó chỉ xảy ra và tồn tại trong giây phút ngắn ngủi. Sau đó hoàn toàn biến mất chẳng khác nào "ảo tưởng" cầu vòng mầu sắc rực rỡ như thế cũng tạm đủ cho ai đó. Thưởng thức giây phút phiêu bồng trở về với cõi hư không - lãng đãng với mây trời non nước giây phút thần tiên lạc cảnh. Hình như (thiền tịnh...) đã bị lạc vào vọng tưởng rồi đó bạn ạ! Thế thì, có khi nào bạn cảm nhận sự huyền bí trong cuộc đời này hay không? Tất cả trong chúng ta chỉ là một câu hỏi lớn trong đời (?) Có mấy ai đã từng vỗ ngực xưng hùng cho ta là kẻ tài hoa lỗi lạc, hay anh hùng tái thế trong thiên hạ? Ai có thể giải bày được những dấu hỏi lớn trong cuộc đời...này đây ???

"Anh khép kín niềm riêng tâm sự / Để làm gì và sẽ được chi/ Sao không hát như người nhạc sĩ / Để cõi lòng buông thả lối đi.

Anh là ai đợi chờ sung rụng? / Những giọt buồn cứ thế ngẩn ngơ / Tóc đã bạc như vùng tuyết lạnh / Khát vọng nào kết nối vần thơ." (Thanh Trí Cao)

Thiết nghĩ thô thiển, tôi chỉ dùng một thí dụ nhỏ này làm khảo nghiệm sơ lược qua thôi. Mong quý bạn hãy đồng hành cùng tôi chứ! Ví dụ như một tách trà "nóng" bạn đang cầm trên tay để uống hay thưởng thức mùi vị của "trà" như thế là chúng ta cũng đã có hai đề tài khác nhau rồi đó. Bạn và tôi cùng đề tài thảo luận, trước hết chúng ta tạm đặt ra câu hỏi, rồi từ từ tìm lời giải đáp cho chính xác. Mỗi người điều là một (?) bí ẩn lớn nhất trong cuộc đời. Vậy ai là người trả lời câu hỏi này. Bạn là một "bí ẩn", tôi cũng vậy đang dấu "bí ẩn". Còn những người chung quanh thì sao? Họ cũng có những "bí ẩn" dấu hỏi lớn "?" như ta chăng?

Đúng vậy, theo tôi nghĩ mỗi người là một hành tinh riêng biệt không ai giống ai cả! "Vì sao?" Vì mỗi người trong thân thể gồm ngũ hành: (kim, mộc, thủy, hỏa, thổ) theo thuyết Nho gia, Đông y thường hay nói con người tính âm và dương đều có trong nội tạng...còn nhiều việc nữa không thể kể ra cho hết được. Bởi vậy, thiển ý của tôi tạm nghĩ rằng con người, chúng ta hiện hữu là một tiểu vũ trụ "nhỏ" ở trong đại vũ trụ lớn còn gọi là hành tinh. Hành tinh này được gọi là quả địa cầu hay nói nôm na là trái đất mà chúng ta đang sinh sống hằng ngày. Do đó, mọi thứ chung quanh ta là một dấu hỏi "?" bí ẩn thật lớn nhất trong đời... Vậy ai là kẻ có thể trả lời hoặc giải thích tường tận cho những câu hỏi lớn "ấy" để mọi người thỏa mãn, như những điều bạn và tôi đang khao khát trên con đường tìm ra lẽ thật !!!

Đúng vậy, bạn và tôi đang sống và chiêm ngưỡng cuộc đời đáng yêu này, mọi thứ có phải quá tuyệt vời hay không? Ai có thể diễn tả thấu đáo được. Mọi nhu cầu vật chất quá ư thừa thải, đối với xã hội máy móc tối tân hiện đại này! Người ta thường nói, cuộc đời này đã xảy ra, không biết bao nhiêu chuyện đau lòng, từ Đông sang Tây hoặc từ Nam đến Bắc, tam sơn tứ hải cũng đều có đủ cả. Bão tố xảy ra, nhất là vùng Trung Quốc ngày nay nhìn trên TV hoặc "youtube" bạn sẽ thấy ngay, nước lũ tràn ngập sông hồ, biển cả, nhận chìm nhà cửa lầu đài, xe cộ, thật là thương tâm…! Cảnh tượng ấy làm sao kể xiết được. Bởi do, đâu mà ra? Còn nữa, những vụ buôn người từ biên giới này qua biên giới khác, lừa đảo nhau buôn bán cần xa hại người để mưu cầu lợi nhuận cho mình, lừa đảo, chém giết lẫn nhau v.v...Tôi và bạn cũng chỉ mong muốn họ có được cuộc sống đầy đủ, trường thọ và sống khỏe, sống vui là đủ rồi. Còn những việc bất hạnh của họ, chúng ta không thể nào bao đồng lo cho hết được.

Thật tế, hơn hết bạn có biết tôi cũng đang trong hoàn cảnh chẳng mấy sáng sủa hơn ai, chỉ biết nở nụ cười vui vẻ màu xanh của cuộc đời và câu niệm Phật trên môi là đủ! Bạn đừng nghĩ rằng...! Không...không...không tôi không hề oán trách hay phiền hà gì cuộc đời cả.

Cuộc đời vẫn đẹp, như ai đó thường mộng mơ, mường tượng đến chúng. Đúng! Đúng là! đau khổ cũng là lúc chúng ta biến "nó" thành trường thành vững chắc mà từ đó chúng ta sẽ có sức mạnh để vươn lên. Mỗi lần vấp ngã là bước đi vững vàng.

Trong giáo lý Phật đà có câu: "Phiền Não tức Bồ Đề" câu nói tuy nghe dễ dàng thực hành, nhưng không dễ đâu các bạn ạ! Mỗi khi nhắc đến, nhưng cũng chẳng có sao đâu!!! Đời là thế ấy, được – mất – hơn - thua chẳng qua là cái giá phải trả trong đời, "nghiệp" ai thì người ấy phải trả. Người xưa từng nói:

"Đoạn trường ai có qua cầu mới hay"

Thật vậy, cuộc đời đã cho tôi một bài học rất đáng giá...và buộc tôi phải ghi trọn "nó" vào trong tâm khảm, nhưng tôi vẫn cảm ơn cuộc đời đã tặng cho tôi. Bài học đáng giá ngàn vàng, tôi sẽ lấy đó là "kim chỉ nam" cho những chuỗi ngày còn lại trên cõi đời này. Mãi mãi không quên, còn nhiều việc phải làm hơn thế nữa, nhưng tôi (vẫn vui - vẫn cười) không hề oán trách cuộc đời. Có như thế mới làm cho tôi, đủ năng lượng và sự kiên cường, bước tiếp trên con đường đầy chông gia - thử thách. Giá trị cuộc đời là chỗ đó, không ai làm sẵn chỗ cho mình hưởng, nước mắt và mồ hôi cũng từng đổ xuống quá nhiều rồi! Thật ra tôi cũng không muốn nhắc lại nữa. Khi không còn có ai muốn tìm hiểu mình nữa...! Thôi thì hãy:

"Tự mình thắp đuốc lên mà đi"

Trong đêm tối, cố gắng đi hết đoạn đường còn lại. Bạn hãy cố gắng và cố gắng nhiều hơn nữa. Đời là quán trọ người ơi! Nói cho cùng nó chẳng qua chỉ là một vở kịch hay đoạn phim hay diễn ra trên sân khấu. Đoạn kết chúng ta sẽ chứng kiến những nhân vật ấy là ai....thế thì sẽ biết đạo diễn ngay, ai vào vai nấy.

"Thiện – ác đáo đầu chung hữu báo....."

Bạn và tôi cùng nhau hớp ngụm "trà" để hiểu cuộc đời như thế nào? Và sẽ cảm nhận mùi vị của trà ra sao? (ngon – dở - đậm nhạt...) có khác gì hay không? Vị trà ấy "ngon" tuyệt nhiên ra sao? Nhạt nhẽo thế nào? Bạn hãy tưởng tượng đêm Đông lạnh lẽo, trên tay có tách trà nóng mùi hương thơm thoảng nhẹ, tâm hồn thư thái thì bạn sẽ nghĩ như thế nào? Ngược lại ra sao?

Thưởng thức trà cũng là nghệ thuật chớ không phải là chuyện thường tình đâu bạn ạ! Bởi thế, người xưa mới đặt ra là: Trà đạo, trà thiền, trà tri kỷ...Trong trà cũng có những "vị đắng" của cuộc đời ví như: thương trường, chiến trường, đạo trường...Vị đắng của trà được bào chế với nhiều nguyên liệu khác nhau. Trà có loại "đặc biệt" trở thành những thứ đắt tiền mỗi khi ta cần đến, làm quà biếu tặng hay thưởng thức...Tôi nói lên đây chỉ là trà nguyên chất mà thôi, tuy "trà" mộc mạc nhưng cũng đủ làm cho chúng ta tỉnh táo mà giải quyết không biết bao nhiêu công việc. Nói cho cùng bạn có bao giờ chứng kiến những người "giàu có" hay "doanh nhân" mà ngồi uống trà tán ngẫu như bạn đâu! Dầu tách trà ấy có ngon hay "đặc biệt" đến đâu đi nữa, họ cũng không thể ngồi đó mà uống trà cùng bạn được đâu?

Xin trả lời một cách ngắn gọn, họ là những hạng người không bao giờ có thời gian nhàn rỗi. Bởi vì, công việc làm ăn khiến họ phải lao vào "vòng xoáy thương trường", không hề bỏ lỡ thời gian. Ai ai cũng có thể hiểu rằng, **càng giàu chừng nào thì càng khổ chừng ấy.** Đầu óc họ không có bình thường như ta nghĩ đâu? Doanh nhân nào cũng thế, đầu tư làm ăn thì phải vắt óc ra mà tính toán. Trí tuệ Phật học hay trí thức thế gian có khác nhau hay không? Bạn hãy, từ từ tìm hiểu..? Chớ không phải khơi khơi mà có một số tài sản "kết xù" to tát dễ như ta tưởng đâu bạn ạ! Cần nổ lực làm việc thì mới có được sự nghiệp to tát.

Bạn cứ nghĩ thử lại, tôi nói có đúng hay không? Giàu có tiền tài, vật chất dư thừa, xe hơi nhà lầu, biệt thự nguy ngay, kẻ tôi người tớ quá chừng nhưng một hớp trà "ngon" cũng không có thời gian để uống hay vài phút thưởng thức ngụm "trà". Bạn có thấy rõ không? Sống nhưng thế, có phải là làm nô lệ cho vật chất, tiền tài hay không? Đến khi nhắm mắt lìa đời có mang theo được gì ? Theo thiểu ý, của tôi thì rất bình thường, nếu ai đó biết sống. Đời sống tri túc (biết đủ) dù ở bất cứ nên đâu cũng được an lành. Không tranh đua - tranh lợi giết chém lẫn nhau. Bạn và tôi chứng kiến nhiều cảnh ấy rồi. "Thương trường cũng như chiến trường", không thể thiếu cảnh giác, nếu không khéo thì chuốc họa vào thân. Thất bại từ thương trường, dễ đưa người, đến con đường tuyệt vọng, không lối thoát. Lúc bấy giờ không ai cứu được ai. Chỉ dựa vào khả năng và bản lãnh của bạn!

Nếu như không đủ sức lao vào thương trường thì hãy chọn cho mình một hướng đi bình thản, sống thật vui vẻ hạnh phúc với người thân là đủ rồi. Đó chính là bình an, hay an phận, không phải là hèn hạ đâu bạn ạ...!

Nhắc đến chuyện thưởng thức trà, bạn nên nhớ, trà được phân ra làm nhiều loại: Nhưng theo tôi nghĩ mình chỉ bàn về loại trà bình dân mà thôi: (trà đậm – trà nguội – trà nhạt).

Đứng trên bình diện nhân sinh mà nói, ta có thể phân tách trà ra làm ba loại:

VÒNG XOÁY CUỘC ĐỜI

1 - Trà – (đắng tựa cuộc đời đen - trắng)

2 –Trà – (ngọt tựa ái tình mùa Xuân)

3 – Trà – (nhạt nhẽo như gió thoảng mùa Thu)

Nhân sinh, cũng giống như một tách trà "nóng" trong tay, đong đầy cũng tốt mà vơi nửa chẳng sao, cần chi phải tranh dành?

Nồng (đậm) cũng tốt, mà (nhạt nhẽo) cũng chẳng ra sao! Đó chỉ là nước giải khát cho chúng ta khi cần thiết. Song chúng, vẫn đều có hương vị của "trà" cho dù trà (ngon hay dỡ) cũng chẳng sao, cũng có hương vị riêng của nó, vội vàng cũng tốt mà chậm chạp cũng xong, vậy thì đã làm sao? (Ấm áp) cũng tốt, mà (lạnh lẽo) cũng được chỉ cần nhìn nhau, mỉm cười một chút thôi cũng đủ cho cuộc đời dâu bể, thêm sắc hồng mùa Xuân.

Cuộc sống, bởi vì để tâm quá nhiều cho "nó" cho nên mới có đau khổ, bởi vì nghi ngờ nên mới bị tổn thương chỉ cần xem nhẹ "nó' như gió thoảng mây bay vui vẻ, đạm bạc với cuộc sống hiện tại. Thì mới có hạnh phúc, tâm tánh chúng ta luôn luôn tranh dành với kẻ khác thì làm sao có được bình an. Tâm mình chưa an buộc người khác an theo mình sao được.

Thật vô lý, có rất nhiều việc ta không thể hiểu hết được. Mình đừng tự phụ cho "Ta" là "cái rốn" của vũ trụ, làm tổn thất đến người khác cũng là không tốt đâu bạn ạ! Cổ nhân thường nói:

"Núi này cao, còn có núi kia cao hơn"

Hiểu như thế các bạn hãy an tâm mà sống, "vạn sự phải tùy duyên" "đến đi – tự tại" không ai trói buộc ai cả!

Thuyết tưởng, bên tách trà "nóng" từng giọt, rồi lại từng giọt, rót vào lòng "ai" những giọt (trà nóng) sẽ làm ấm lại, những lúc bên ngoài trời đầy sương tuyết hoặc mưa bão giăng đầy.

Này bạn nhé! Bạn, hãy cùng tôi hớp một một ngụm trà "nóng" để biết đất trời này đang quay cuồng, cuộc sống hiện tại cũng nhưng những vị khách qua đường. Có rất nhiều việc cần phải làm, nhưng các bạn và tôi không thể làm chủ "nó" được. Gặp nhau đây là duyên rồi. Các bạn! Nên trân quý "nó" trong cuộc đời này....! Cứ như vậy mà tạo nên những móc xích liên tục hòa quyện vào nhau thể hiện lòng thương yêu biết chia sẽ cùng nhau, đó là mong muốn của tôi được trải lòng ra cùng bạn, đón nhận tình yêu thương chân thật, không phân biệt…!

Thật vậy, cuộc đời có bao nhiêu.......! ai ai cũng hiểu là (ba vạn sáu ngàn ngày) có là bao! Có nhiều lúc chúng ta sống chưa đủ đến số lượng đó đã vội vã nhẹ gót về miền tiên cảnh. Lúc đó, sẽ không còn vấn vương cõi ta bà nữa đâu. Ôi thôi! Níu kéo thời gian cũng bằng thừa, (ân oán – tình thù) cũng thế, chẳng làm chi được. Mây trôi lãng đãng, chân trời xa xăm…! Tuổi thọ của mỗi người đã định sẵn rồi. Chúng ta, không biết nhưng "nó" không phải là quên ta. Nghiệp ai, thì người ấy "mang" Thôi thì hà cớ chi mà phải suy nghĩ nhiều cho mệt thân xác. Hãy an vui sống lên với hiện tại làm những việc tốt cho xã hội. Gieo giống tốt thì sau này sẽ gặt quả tốt. "Gieo nhân nào gặt quả ấy."

Bạn hãy cùng tôi nâng tách trà lên để nghiền ngẫm sự đời. Đừng bỏ tách trà "một mình" nguội lạnh, mà hãy nhớ rằng nó cũng đã có lúc từng "nóng ấm" trên tay của bạn. Xin chia sẽ nỗi buồn vui, não nề trong những khi mệt mỏi cần có người bên cạnh, bên tách trà "ấm" đêm Đông, giá lạnh trên cánh đồng hoang vu u tịch! Cũng như tách trà – nồng thấm này!

Đêm đã khuya, dòng chữ viết cũng đã cạn lời, tâm tư thì còn mênh mang. Nhưng ngoài kia, bầu trời đen mịt, mưa vẫn là mưa!!! Buồn ơi! Là buồn!...Trà cũng là "cứu tinh" cho tôi có phải không bạn ạ!

FL. ngày 31/10/2019

Nhuận Hùng

KHÚC NHẠC SẦU !!!

Như có một cái gì đó sống lại trong tôi, khi viết bài này với tựa đề "Khúc Nhạc Sầu". Lẽ ra, tôi không viết thì phải hơn, vì giữa (thảm và sầu) là đem đến cho mọi người đều không tốt. Nhưng nội tình bên trong còn có nhiều ẩn khúc sâu kín (sầu với thảm). Bởi thế, đây là sự bất khả- tư nghì không thể diễn bàn được. Nói cách khác, thoáng hơn xoay quanh câu chuyện, đi thẳng vào cuộc đời không ngoài ba chữ (tham – sân – si) đó là điều không nên xảy ra trong giáo lý Phật đà. Mong lắm thay!!!

"Những giọt nắng hồn nhiên khép kín
Một tấm lòng rộng mở bao dung"
    Thanh Trí Cao

Chúng ta, ai ai cũng biết sự kết hợp giữa tâm linh và thiên nhiên đưa ta vào một khoảng khoắc tuyệt vời huyền bí và cũng có lúc cảm nhận được cái gì đó, "nó" như dòng nước, lững lờ trôi bềnh bồng trên biển cả hòa quyện cùng ánh trăng, sáng tỏ phiêu bồng khắp nơi nơi, cảnh trí nơi đây cũng thật là tuyệt vời, lắm nhỉ! đó nhen…! Làm cho tôi nhớ lời thơ xưa:

"Ngàn năm mưa gió vẫn bay
Trăm năm có đứng chỗ này hay chưa?"
    Thanh Trí Cao
Đúng vậy, ngàn năm trước nơi đây chỉ là vùng đất cằn cỗi sa

mạc, khô khan, cát nắng. Thời gian đi qua vạn vật cũng thế không thể dừng lại được. Chúng cứ, từng tự, từng tự mà trôi mãi, trôi mãi cho đến vài chục năm gần đây. Nói rõ hơn vùng đất ấy "nó" trở thành ngôi "nhà thờ" cũ của người (Cuba) trên miền đất "hứa" nhưng họ không phát triển được. Sau cùng phải bán mà ra đi. "**Vòng Xoáy Cuộc Đời**" vẫn còn mãi mãi, cơ duyên tạo hóa trớ trêu, nay đã biến thành "**Đại Hùng Bảo Điện** dựng nên ngôi **Bảo Quang Tự**", thật tráng lệ nguy nga, uy nghiêm hùng vĩ đồ sộ dưới bàn tay nghệ nhân Thanh Trí Cao tức Cố Hòa Thượng Thích Quảng cùng Thượng Tọa Thích Nhuận Hùng và rất nhiều Phật Tử, đông đảo đã có mặt nhiều nơi từ xa đến gần, hưởng ứng ngôi Tam Bảo tại vùng đất tạm dung thuộc miền Nam Cali...!

Cho nên hàng Phật Tử mong muốn có được ngôi nhà chánh pháp...đã thành tâm, âm thầm đóng góp, thật nhiều số lượng tịnh tài và công sức…Qua một thời gian khá dài để xây dựng lên ngôi chùa, trải qua không biết bao nhiêu thăng trầm, nhiễu nhương vượt qua mọi chướng duyên, chướng ngại đủ rắc rối từ giấy tờ xin phép cho đến quyên góp tịnh tài, nhiều cách thức gây quỹ, như đúc tượng Phật nhỏ…để có đủ tài chánh, xây cất nên cơ ngơi hùng vĩ như thế. Trong khuôn viên chùa đất rộng (2 mẫu 2) tức (100.000 square – foot) cảnh trí rất khang trang mát mẻ và đẹp đẽ. Sau cùng cũng đạt được ý nguyện, như vậy là hoàn tất quần thể Bảo Quang Tự theo lối kiến trúc nghệ thuật "Chùa Việt Nam" trên đất Mỹ được viên mãn tốt đẹp. Ai nấy, cũng thán phục và tấm tắc khen ngợi ngôi chùa trang nghiêm, hùng vĩ, mỹ lệ, uy nghiêm thật là xứng đáng cho Cộng Đồng Việt Nam Tỵ Nạn Cộng Sản trên đất Hoa Kỳ. Người xưa đã từng nói:

"Đường đi không khó vì ngăn sông cách núi
Nhưng khó vì lòng người ngại núi e sông!"

Đúng thế, việc gì làm cũng cần có sự quyết tâm và cùng chung chí hướng, ngày ngày, tháng tháng, năm năm, lần lửa đi qua.

Việc làm trải qua bao cực khổ, khó khăn và vất vả vô cùng, vô tận. Không phải, riêng cá nhân tôi, có thể nói lên lời này, để mà kể công lao, chẳng hạng như (mèo khen mèo...). Người tu chỉ cầu mong sao cho hoàn tất ngôi chùa, để lại di tích cho đời sau biết rõ cội nguồn, ai là vị tổ khai sơn Bảo Quang Tự và cũng là người sáng lập, ai là người tiếp nối...ai là người đóng góp công sức đã kề cận cùng với cố Hòa Thượng viện chủ...Để tạo dựng nên ngôi nhà chánh pháp cho bá tánh thập phương, lui tới tu tập học hỏi giáo pháp Như Lai, báo Phật ân đức. Trong giai đoạn khởi đầu chùa Bảo Quang đặt chân đến là tháng 3/2002. Tại Nam Californi, Mỹ quốc.

Nhắc đến, bản thân tôi sống ở đâu thì chẳng màng tới! Thuận duyên thì tốt, hay ngược lại chẳng sao. Cho dù không đủ phước duyên để nhận lãnh...thì cũng vui vẻ ra đi, để đến một nơi khác làm đạo và hoằng hóa độ sanh. Những nơi nào có thiện duyên với mình, thì mình trú xứ ở đó mà lo tu tập. Không nhất thiết phải thuận theo ý mình. Nơi nào có bàn thờ Phật tươm tất đủ sống qua ngày không bị thiên nhiên nhiễu hại, là mình có thể hành đạo. Tu tâm - tu tánh học hỏi giáo lý Phật đà, dù sống trong hoàn cảnh nào thì người xuất gia phải thấu hiểu, đời sống thiền môn, luôn luôn sống đạm bạc, làm khất sĩ nối gót đức Như Lai phải chấp nhận, sự kham nhẫn đó mới chính là tôi luyện đạo lực, chấp nhận trải qua nhiều thử thách gian truân, trong vòng xoáy cuộc đời, mà người xuất gia nào cũng phải vượt qua bao chông gai đi trên con đường chánh đạo. Hoằng pháp độ sinh tại xứ người là như thế đó! Tu hành tại hải ngoại làm tăng lữ không dễ chút nào. Bạn ạ! Cố gắng....và cố.....cố lên....cố lên thêm nữa...!!!

Đó cũng là lẽ tất nhiên, nói chung cho những vị thật tâm tu hành, trong thời buổi hiện tại...! Thật vậy, trên đời này muốn làm việc gì có ý nghĩa hay để lại cho hậu bối, những thế hệ sau này tiếp nối, để hoằng hóa độ sanh theo ý nguyện của Cố Hòa Thượng Thích Quảng Thanh, một công trình nào đó...Chẳng hạng như: chùa chiền v.v...hay Công Trình Phật Giáo, Văn Hóa

- Nghệ Thuật hay Từ Thiện - Xã Hội…! Trên vùng đất "hứa" được mệnh danh là thiên đàng của trần gian. Thì chúng ta cũng phải "bầm dập" tứ chi rã rời, từ tinh thần đến thể xác, tiền bạc, và ngay cả "chất xám" trí tuệ để đóng góp vào đất nước này ai ai cũng biết. Dài dòng chi nữa cũng chỉ thế thôi….!

"Mai này còn có chi không?
Người ơi! Để lại tấm lòng bao dung
Không gian vũ trụ lạnh lùng
Người ơi! Một mẫu số chung tuyệt vời."
　　　　Thanh Trí Cao

Nhưng nói cho cùng ai ai cũng biết, tạo dựng một ngôi chùa đúng pháp lý, pháp nhân, đúng tiêu chuẩn quốc tế là điều rất khó khăn vô cùng, không thể diễn tả cho hết được. Chỉ một vài dòng chữ nhỏ, tôi không thể diễn tả cho hết được công trình xây cất. Đánh đổi **cuộc đời tu hành của hai vị sư,** bằng **mồ hôi** và **nước mắt.** Chớ không thể nói **một tiếng mà có cả một tòa nhà "to đùng" như thế mà được người đời gọi là "chùa".** Nhưng hiện tại hôm nay là khác, họ chỉ biết ngông cuồng nói lên rằng chùa này là không có **"by law"** by liếc, gì đó khiến cho Phật Tử chung quanh bối rối không biết chuyện gì xảy ra…? Hoang mang đến hàng Phật Tử nhiều tầng lớp, xa gần đã hướng về Chùa Bảo Quang tại vùng Little Saigon. Quý vị, hãy bình tâm mà xem lại những clip phim đó trên "youtube" thì sẽ hiểu rõ ngay…!

Chúng ta, cố gắng dành chút thì giờ quý báu để đi ngược dòng thời gian, thì sẽ thấy ngay kể từ tháng 3 năm 2002 đến khi hoàn tất công trình xây cất là năm 2017. Ngoài ra còn có một số công việc linh tinh chưa dọn dẹp sạch sẽ cho chỉnh trang và tươm tất. Một thời gian sau đó cũng là lúc Cố Hòa Thượng Thích Quảng Thanh vì quá lao tâm, công lao lực nên đã xả báo thân để về miền cực lạc…Còn thầy Thích Nhuận Hùng cũng vậy cạn kiệt sức khỏe, lúc ấy kham không nổi nữa, nên ngã bệnh đành vắng chùa một thời gian, vào khoảng tháng 12 năm 2017 cho đến nay…!

Nói một cách khác, chúng ta sống trên đời này, ai ai cũng mãi lo (cơm áo, gạo, tiền,) rồi cuối tuần quy tụ về chùa tụng niệm và làm công quả. Chùa này, nói chung được xếp vào hạng mục, nhì hoặc ba hoặc tư, năm…gì đó tại Orange County, tức là Quận Cam thuộc California trên đất nước Hoa Kỳ. Ai đến viếng chùa sẽ rõ.

Nhưng nói, cho chính xác Bảo Quang Tự gần khu Bolsa, Phước Lộc Thọ. Ở đó, chung quanh cũng có rất là nhiều ngôi chùa lớn tầm cỡ đủ cho người Việt chúng ta hãnh diện. Riêng về văn hóa – nghệ thuật – từ thiện - xã hội. Ai ai cũng biết nhà thơ Thanh Trí Cao tức là Cố Hòa Thượng Thích Quảng Thanh Ngài còn là thi sĩ nổi tiếng, và có rất nhiều thi, văn để lại. Người Phật Tử nào nếu có tâm hồn yêu văn chương, yêu tiếng Việt, thì sẽ thấy ngay những bài thơ tuyệt tác, mà chưa có dịp đọc để tìm hiểu tinh hoa cốt lõi mang tính thi ca đã có nhiều bài thơ được các nhạc sĩ phổ thành ca khúc như: Dòng Sông Thấp Thoáng Con Thuyền, Mẹ Là Phật, Hành Trình Giác Ngộ…và còn nhiều CD nhạc mới sắp xuất bản nhiều hơn thế nữa.

Nhắc lại, thời gian qua…ai ai cũng biết, chuyện đã xảy ra trên chánh điện, tại sao chúng ta là Phật Tử không chịu ngồi xuống, nói chuyện một cách văn minh tế nhị, mà tự (xưng này - với nọ…) nơi chốn trang nghiêm thờ kính Phật Đà, thật là hết sức đau lòng. Chúng ta, hãy lắng lòng đọc lại những dòng thơ dưới đây, để thấy Người ra đi như còn mang nhiều hoài bão. Cho dù thời gian có vụt đến, vụt đi, vẫn "trơ gan cùng tuế nguyệt."

Chùa xưa hồn cũ vẫn còn đây, hùng vĩ lồng lộng với gió sương, từng hơi thể bao truân chuyên trên từng thân phận, làng cũ tình quê đang mang lại những gì…?

Mà con người tha phương luôn hằng nhớ về phương ấy. Tỉnh mộng đi, tỉnh mộng đi, nhìn về sự thật, nhìn về tương lai, hãy buông xả và tiến lên trên con đường chánh đạo, dẹp bỏ lòng "tham, sân, si, mạn, nghi, ác, kiến."

Hãy tỉnh thức mà tu tập theo đạo giác ngộ. Thời gian không chờ đợi ai cả! Cố lên, cố lên hãy sống với tâm an vui - hoan hỷ mà lo tu tập. Chúng ta phải sáng suốt đừng vướng vào vòng mê cung, dục lạc, khoái cảm, đắm chìm vật chất thế gian, không lối thoát, thì đến, bao giờ mới "tỉnh ngộ" được. Mong lắm thay!

Xin quý vị, hãy đọc những dòng thơ dưới đây để hiểu tâm tình của tác giả gởi gấm cho thế hệ mai sau:

"Chùa cổ sư già hồn dân tộc
Làng cũ tình xưa đạo nhiệm mầu
Tiếng kinh gõ nhẹ trên tiềm thức
Tỉnh dậy đi về suốt thiên thâu

Hạt sương tàng ẩn hương cỏ dại
Âm điệu mấy tầng không vấn vương
Thanh thoát đa mang tình dân tộc
Mấy độ phong trần - bởi quê hương

Đất cũ ai về thương với tiếc!
Chiều ơi! Đâu những bóng thiên thần
Âm hưởng còn đây từng suy tưởng
Lá vàng cung kính bước chân nhân

Từ cõi vô sanh về không mộng
Pháp thân hành hóa khắp muôn phương
Vời vợi thẳm sâu dày tăm tối
Tiếng chuông linh diệu nước cành dương…"
                    Thanh Trí Cao

Trong tận cùng của tâm thức, chúng ta thấy rõ tác giả muốn nói một điều gì đó, nhưng chẳng ai "lãnh ngộ" được, đành dùng lời thơ phơ bày nỗi lòng, trong những đêm Đông giá lạnh, mà Ngài còn phải trầm mình lo cho ngôi Đại Hùng Bảo Điện, với bao công trình xây cất đứng mũi chịu sào như thế!

Quý vị, ai có biết chăng! Chỉ mong thế hệ sau này tiếp nối và làm vẻ vang Phật Giáo Việt Nam. **Kế thừa là trách nhiệm phải Phát Triển và Gìn Giữ ngôi Tam Bảo, càng ngày càng vững mạnh và khởi sắc lên**.

Có như thế, không phụ lòng Thầy Tổ đã sáng lập và lót đường sẵn cho chúng ta bước lên ngôi nhà chánh pháp thừa hưởng, kho báu Đại Thừa Pháp Bảo, với bao nhiêu Cổ Vật đã được sưu tầm qua bao đời còn lưu cất lại Bảo Quang Tự…! Ta không thể không gìn giữ những "báu vật" ấy. Pháp bảo…Bảo Quang Tự là đấy. Đó cũng là hào quang tỏa sáng Phật Giáo Việt Nam tại Hải Ngoại, tuy là tỵ nạn Cộng Sản nhưng ngày càng thêm hưng thịnh lên. Ngài đã hy sinh bản thân và dùng cả công sức vắt hết Trí Tuệ, sức lực tiềm ẩn, nội công thâm hậu của mình để làm nên trang lịch sử, lưu truyền nhiều đời cho Phật Giáo Việt Nam tại hải ngoại huy hoàng và sáng lạng về sau. Chứ không muốn mọi người tranh dành và đả kích lẫn nhau. Thật là tội! Cho giác linh của Cố Hòa Thượng!!! thượng Quảng, hạ Thanh, luôn luôn, Ngài đặt công việc kiến thiết, tạo dựng ngôi Đại Hùng Bảo Điện lên trên hàng đầu:

"Phụng sự chúng sanh là cúng dường Chư Phật".

Hôm nay, ngày 12/12/2019 tôi về lại chùa Bảo Quang để đính chính, vấn đề sai lạc do Hòa Thượng Thích Chơn Thành…,mọi người trong ban Hội Đồng Quản Trị của chùa Bảo Quang, ban này ngày xưa cũng đã từng làm việc với Cố HT Thích Quảng Thanh. Việc làm hôm nay rất là đơn giản, nhưng hai bên không ai chịu ai cả! Cho nên xảy ra trình trạng bất hòa, khiến cho mọi người hỗn độn trở nên vô trật tự, cảnh sát cũng đành phải bó tay…! Trước chánh điện chùa Bảo Quang. Tôi rất đau lòng không thể kể xiết, chỉ ngồi niệm Phật A Di Đà và Quán Thế Âm Cứu Khổ - Cứu Nạn…!

Thiết tưởng, việc gì sẽ xảy ra lúc đó? Ước chừng ngoài sức tưởng tượng...! Mà bản thân tôi chỉ ngậm ngùi thốt lên "Khúc Nhạc Sầu" thật bi thảm. Chẳng biết nói gì hơn...!!! Mặc tình ai hiểu sao thì hiểu! Có không biết bao nhiêu chiếc máy camera nhà báo và các đài truyền hình Quận Cam ghi nhận hình ảnh đầy đủ, mọi người có mặt hôm ấy đã chuyển tải đi khắp nơi trên hoàn cầu, tha hồ rộng đường mà dư luận! Tôi vẫn hiểu làm như thế không tốt cho chùa Bảo Quang, tai tiếng "không tốt" sẽ lưu truyền mãi mãi về sau. Nhưng sự việc đôi bên vẫn chưa chịu dừng lại tại đây. Mà đôi bên vẫn còn tiếp tục giằng co chưa đến hồi kết thúc...!!! Thật là nạn kiếp cho chùa Bảo Quang vừa mới xây cất và hoàn chỉnh xong, đã vướng phải tai ách...! Xin trời đất và Chư Phật chứng dám và thấu hiểu cho nghịch cảnh trớ trêu...!!!

Tương lai sau này... Việc gì đến thì sẽ đến, chứ có biện hộ và nói năng cho nhiều cũng chẳng có ít lợi gì! Chúng ta, ai ai cũng là con Phật cả, dù Tu Sĩ hay Cư Sĩ cũng thế...Ai cũng hiểu chùa phải có, hàng Tứ Chúng. Vậy Tứ Chúng là gì? Xin quý vị, dành chút ít thời gian chịu khó đọc những dòng chữ dưới đây thì sẽ rõ:

Tứ chúng là bốn hàng đệ tử của Phật:

1.Phát khởi chúng : Trong hội Pháp Hoa. Ngài Xá Lợi Phất ba lần thỉnh Phật thuyết minh giáo lý Pháp Hoa để làm duyên khởi cho Phật nói Kinh Pháp Hoa. Hội Bát Nhã Ngài Tu Bồ Đề thưa hỏi Phật phương pháp hàng phục tâm... Những vị gợi chuyện thưa thỉnh như thế gọi là Phát khởi chúng.

2. Đương cơ chúng : Trong một pháp hội Phật thuyết pháp, có những Thanh Văn, Bồ Tát căn cơ trình độ thích hợp với giáo lý thời pháp đó sau khi nghe rồi được ngộ đạo chứng quả nên gọi những vị đó là Đương cơ chúng.

3. Ảnh hưởng chúng : Ngài Văn Thù, Ngài Phổ Hiền, Ngài Quan Âm... Những vị Bồ Tát này tuy không ở thường xuyên bên Phật nhưng khi Đức Phật thuyết pháp thì các Ngài từ phương khác đến để trang nghiêm pháp hội, trợ hóa cho Đức Phật. Những vị Bồ Tát như thế gọi là Ảnh hưởng chúng.

4. Kết duyên chúng : những chúng sanh phước mỏng nghiệp dày nghe pháp mà không thâm nhập được, không ngộ đạo được, không chứng quả được... chỉ gieo hạt giống Phật cho đời sau, những vị như thế gọi là kết duyên chúng.

- Lại có Tứ chúng xuất gia (Tứ Thánh): 1. Tỳ Kheo, 2. Tỳ Kheo Ni, 3. Sa Di, 4.Sa Di Ni

- Lại còn có Tứ chúng xuất gia lẫn tại gia: 1. Tỳ Kheo, 2. Tỳ Kheo Ni, 3. Ưu Bà Tắc, 4. Ưu Bà Di.

Đạo Phật xây dựng trên nền tảng căn bản....Phật Tử cần phải hiểu Bát Chánh Đạo là gì? Chúng ta, học giáo lý cũng từng nghe quý thầy giảng "Lục Hòa là như thế nào…?" Những giáo lý căn bản chúng ta chưa hiểu tường tận, mà tự tung tự tác như thế? Quý vị về nhà xem lại kinh sách lại có đúng hay không? Mà ra giữa đại chúng, trước chánh điện kết tội cho **Chư Tăng** còn ra trò trống gì nữa không? Luật pháp ở Mỹ có đầy đủ, không thiếu sót điều lệ nào cả (nếu cần). Chớ không phải giỡn chơi như con nít lên ba… Mọi người ai ai cũng nên nhớ rõ:

Điều mong muốn làm sáng tỏ thiên hạ, do vậy trước tiên họ phải lo liệu, sắp xếp nước mình trước, nghĩa là (trị quốc). Nói cách khác muốn làm việc trong chùa, nhưng chùa cũng là nơi công cộng, luôn luôn tuân thủ giới luật. Nói năng ôn tồn, (kẻ nói – người nghe) tôn trọng sự bình đẳng của mọi Phật Tử lên trên thì mới mong có kết quả tốt. Không thiên vị ai cả, không nên tranh dành lẫn nhau, phải biết tôn ti trật tự, kính trên nhường dưới. Vào buổi họp phải tôn trọng vị trụ trì trong chùa sau đó đến người dẫn chương trình, trong cuộc họp. Mọi việc phải tường tận theo quy củ của buổi họp, ai có thắc mắc giơ tay lên phát biểu theo từng tự, không hỗn độn mất trật tự…Từ từ cũng có biện pháp giải quyết, (nếu không) giải quyết được. Thì chúng ta đồng lòng cung thỉnh Chư Tôn Đức Giáo Phẩm, có thẩm quyền đến để giải quyết cuộc họp. Tránh tình trạng, mạnh ai nấy nói, vô trật tự - thiếu tự trọng là điều cấm kỵ trong chùa.

Nếu hai bên (không đồng ý) "bất hòa", bế tắc công việc Phật sự buộc phải dẫn tới con đường đưa nhau ra pháp lý. Ôi thôi! Thật là buồn cho số phận hẩm hiu của Chùa Bảo Quang. Tôi cũng chỉ ngậm "bồ hòn" chịu sầu, chịu trận, đắng cay, không thể nào nói nên lời gì nữa! "Khúc Nhạc Sầu" cũng từ từ trổi lên thật to, thật to hơn thế nữa sầu bi thảm. Hỡi ơi! Trời đất có hay… Thật là bầu trời ảm đạm vô cùng, người ơi! Có ai hiểu chăng cho tôi? Giờ này ra nông nỗi như thế này, Bảo Quang Tự !!! Bảo Quang Tự !!! Ôi Thôi ..!!! Còn gì trong cơn mịt mù, đen tối….!

Còn trong quan trường lại là việc khác:
Ví dụ những vị quan trong triều thì phải biết làm gì khi có "binh biến" giặc nổi lên...., giặc giã khắp muôn nơi! Ai làm việc gì? Ứng phó ra sao? Tướng Sĩ tập họp đủ hay chưa? Binh lương như thế nào? Vua thì ở đâu cho được an toàn. Binh mã điều động ra sao? Đó là chuyện ngày xưa, bây giờ là chuyện khác, nếu có chiến tranh, xin được miễn bàn..! Chúng ta chỉ cần an tâm, lắng lòng xuống, lùi một bước cũng chẳng thua thiệt gì, hãy tìm ra nguyên nhân, cặn kẽ giải quyết từ gốc thì mọi việc sẽ ổn thỏa ngay. Còn bằng như ương ngạnh, ai cũng đành bó tay, chúng ta cần phải hiểu rằng: (**Nhân quả nhãn tiền luôn luôn bên cạnh chúng ta**). Như bóng với hình.

- Muốn trị quốc, trước hết phải sửa sang, sắp đặt nhà mình
 (tề gia)

-Muốn tề gia, trước hết phải hàm dưỡng và rèn luyện bản thân
(tu thân)

- Muốn tu thân, trước hết phải giữ cho lòng mình ngay thẳng (chính tâm)

- Muốn chính tâm, trước hết phải chân thật với điều mình nghĩ (thành ý)

- Muốn thành ý, trước hết phải suy xét đến cùng những điều mình biết (trí tri), mà sự hiểu biết cặn kẽ nằm ở chỗ chúng ta phải chịu khó nghiên cứu, xem xét cho ra lẽ thật, đi đến tận cùng, lúc bấy giờ mọi sự việc sẽ sáng tỏ."

Tóm lại, "**Khúc Nhạc Sầu**" cũng thế thôi, hát cho nhiều mà lòng cũng chẳng giải quyết được gì? Thôi thì "lưới trời lồng lộng tuy thưa nhưng khó thoát" **(Thiện, Ác đáo đầu chung hữu báo...)** Mọi việc đi vào đường cùng rồi cũng sẽ có lối thoát, hy vọng: (Sau cơn mưa trời lại sáng).

"Trường giang sóng sau, dập sóng trước" – (chẳng nào chúng ta vẫn mãi mãi tranh chấp ư!!!)

Ai trong chúng ta đã chứng kiến ngày ấy tại Bảo Quang Tự thật đau lòng, khôn tả xiết.

Một lần nữa mong mỏi quý vị hãy cùng tôi chắp tay nguyện cầu Hồng Ân Tam Bảo, Chư Phật-Chư Bồ Tát, Hộ Pháp Long Thiên, Già Lam Thánh Chúng, đồng thùy hiển linh gia hộ cho chùa Bảo Quang sớm thoát qua cơn đại nạn. Chúng con thành tâm đồng cầu nguyện cho chùa Bảo Quang trở lại ngôi chùa bình yên như xưa, không còn sóng gió khởi lên. Ngưỡng cầu Giác Linh Cố Hòa Thượng, thượng Quảng hạ Thanh về đây chứng giám, gia hộ cho chùa Bảo Quang được bình an vô sự, sóng yên gió lặng, mọi việc sẽ cát tường như ý.

Nam Mô Tầm Thinh Cứu Khổ Cứu Nạn Quán Thế Âm Bồ Tát.

FL, ngày 18/12/ 2019

AI ĐÃ THẦM LẶNG?

“Đạo sĩ chân dung lãng tử
Hướng đi thể hiện tấm lòng
Ánh mắt dung thông các pháp
Vướng chi mà hỏi có không?”
Thanh Trí Cao

*“Ngôi cổ tự rêu phong ẩn dật /Chuông Đại Hồng vang vọng
rừng hoang / Ai bày tỏ ngữ ngôn sơ ngộ / Đá cưu mang chứng
tích vàng son”* (Thanh Trí Cao)

Đúng thế, khi nhắc đến “ngôi cổ tự” ai ai, cũng biết đó là một
ngôi chùa cổ lâu đời ẩn hiện, tận đồi núi hoang sơ, trùng trùng -
điệp điệp, gió cuốn mây trôi lơ lững trên bầu trời, đong đưa theo
tháng ngày lặng lẽ, tiếng chuông đại đồng xé tan niềm tục lụy,
một thoáng vô thường đi qua. Ôi! Những não phiền buồn tẻ
cũng trôi theo, để cho tình người sưởi ấm, như hoa nở mùa
Xuân đang về. Những chứng tích vàng son còn lưu dấu ấn. Bao
ảnh tượng, bao tháng năm hiện về, có không biết bao kẻ “âm
thầm” làm nên lịch sử. Chỉ trong giây phút đổi thay cục diện.
Ôi! Tháng năm, “âm thầm” hay “thầm lặng” như thế, có còn
chịu đựng nữa hay không?

Thật vậy, nếu nói là “âm thầm” hay “thầm lặng” vậy ai đã
“thầm lặng” mà “thầm lặng” để làm gì? Lẽ ra, việc này cũng

chẳng cần phải lên tiếng. Ví dụ, trong một buổi hội họp mang tính các nội bộ thì khác, còn mà ra công chúng, đại đồng cộng thêm cả truyền thông, báo chí thì khác hơn nữa…Nhất là thời buổi bây giờ giai đoạn (4.0 internet) không thể nào bưng bít như những năm tháng, thời lạc hậu khoảng thập niên 40 hay 50 trước nữa!

Lúc đó, thời điểm truyền thông báo chí, tin tức lan tải còn trong vòng hạn hẹp…Nói một cách khác bây giờ thời đại mà mọi người có "âm thầm" làm việc gì đi nữa dù "tốt" hay là "xấu" không sớm thì chầy cũng được, mọi người mang ra phơi bày trước ánh sáng mặt trời. "Khen thưởng hay chỉ trích", dù có che dấu hay phủ đầy ngữ ngôn dị biệt đi nữa. Hoặc bao bọc cho kỹ nhưng rốt lại cũng bị tài trí tinh anh xuất chúng, chế ra vật dụng khám phá moi cho bằng được chứng từ ngụy tạo. Những chuyện "ấy" dài dòng lắm xin được gát lại.

Chúng ta hãy tìm hiểu kỹ vấn đề này, tại sao phải thầm lặng? Ai là kẻ thầm lặng? Thầm lặng để làm gì? Tôi cũng muốn góp vào một phần nho nhỏ trong bài này, xin được "điển hình" chính xác đó là mọi người sẽ hiểu rõ câu chuyện. Ngược dòng thời gian trở về trước, tại vùng nắng ấm Nam Cai được gọi là miền đất "hứa" nơi ấy cũng là thiên đàng của trần gian. Nói một cách khác vật đổi sao dời, sau biến loạn kinh hoàng miền Nam Việt Nam bị cưỡng bức rơi vào tay đảng Cộng Sản. Kể từ đó không biết bao nhiêu người bỏ nước ra đi vượt trùng dương, làm mồi cho cá, bỏ mạng trên biển cả, tìm đến vùng đất tự do mà sinh sống. Qua bao gian khổ thời gian ấy…nuốt nước mắt mà sống để lập lại cuộc đời mới. Sau khi ổn định đời sống, con cái của họ đã ăn học thành tài và có cuộc sống tạm bình yên. Tiếp theo đến phần tâm linh, họ quay quần tìm về vùng Little Saigon, tạo dựng khu Phước Lộc Thọ. Cũng từ đó người Việt vui vẻ chung sống với nhau rất thuận hòa, mãi đến năm 2002 thì xuất hiện ngôi chùa Việt Nam, mua lại từ ngôi nhà thờ Tin Lành cũ của người (Cuba).

Qua bao thời gian thăng trầm Cố Hòa Thượng Thích Quảng Thanh viện chủ chùa Bảo Quang, năm 2006 Ngài đặt viên đá đầu tiên xây dựng, ngôi Đại Hùng Bảo Điện, trước tiên là "nhà trù" còn gọi nhà "bếp" dưới sự chứng minh của Chư Tôn Đức Tăng-Ni cùng với quý Phật Tử, gần xa tham dự buổi lễ tổ chức rất linh đình. Đó cũng là một hoài bão lớn nhất trong đời của Cố Hòa Thượng Thích Quảng Thanh dù gì đi nữa, Ngài cũng muốn hoàn tất công trình xây cất, trước khi về miền cực lạc. Ngài bất chấp việc ăn uống kể cả sức khỏe, bệnh tật chẳng màng, mọi chướng duyên, chướng ngại, cũng quyết vượt qua, cùng với Thầy Thích Nhuận Hùng, hai vị sư này có cùng chí hướng quyết định theo đuổi việc làm cho tới cùng tột đỉnh.

Ôi thôi! Con đường nào cũng lắm gian nan bạn ạ! Nói thì rất ư là dễ dàng, cứ tưởng rằng, năm phút sau là xong một cái chùa "to đùng" nếu được như thế thì không biết bao nhiêu ngôi chùa "to đùng" mọc lên khắp khu Bolsa, mọi người tha hồ mà đi chùa lễ Phật. Lấy đâu mà có chuyện tranh dành để nhọc tâm các nhà báo và đài truyền hình và "youtube" thu thập tin tức về đưa lên màn ảnh TV cho bà con ta xem, phải nhọc tâm lo lắng từng phút - từng giây, không hiểu Bảo Quang Tự rồi sau này sẽ đi về đâu? Trong cơn "sóng thần" dữ dội ập vào…!

Đứng trên, bình diện khách quan mà nói chùa xây cất sẽ chia làm hai phần, một là sự đóng góp tịnh tài của Phật Tử xa cũng như gần, dù là tịnh tài nhỏ nhất cho đến tịnh tài rất ư! To tát đều ghi vào sổ vàng công đức, được cho đăng trải trên báo Trúc Lâm hằng kỳ, không một ai thiếu xót tên họ cả. Việc làm như thế rất "chính danh". Khi ấy, tức thời gian xây cất mọi người có thể khiếu nại khi không thấy tên mình trên Báo Trúc Lâm…!

Phần hai, ngoài những vị trong ban xây dựng kiến thiết chùa như: Nhà thầu, kiến trúc sư, kỹ sư, những thợ xây cất tài ba cùng ban phụ giúp giấy tờ xin phép, cùng chính quyền sở tại Santa Ana đã nhiệt huyết giúp đỡ công trình xây cất thêm vào Thượng Nghị Sĩ và các Nghị Viên – Dân Cử thành phố, cũng có phần đóng góp trong đó. Tiếp đó là Ban Quản Trị chùa Bảo Quang nói chung cùng với các ban như: Thọ Bát Quan Trai, Ban Hộ Niệm, Ban Trai Soạn, Ban Nấu Cho Người Không Nhà, Ban Việt Ngữ, Ban Gia Đình Phật Tử và Ban Âm Nhạc, cùng chung nhiều Phật Tử công quả cho chùa, trong giai đoạn xây cất rất lâu dài cho tới khi công trình hoàn tất năm 2017, còn vài công việc vặt sẽ từ từ thu dọn sau.

Nhắc đến, hai chữ "thầm lặng" là chúng ta phải "âm thầm" đi tìm hiểu cho rõ chân tướng của ngôi chùa Bảo Quang này. Khởi sự là ai? Có phải chăng là Hòa Thượng Thích Quảng Thanh và Thầy Nhuận Hùng hai vị sư này ai ai cũng biết. Trong tâm khảm tôi cảm nhận sự âm thầm làm việc của với các bác, các chú, các cô, các anh – các chị, ai nấy cũng đã được chứng giám từ Long Thần Hộ Pháp, Chư Thiên, Chư Thần, Già lam Thánh Chúng chùa Bảo Quang. Trên Đức Thế Tôn Bổn Sư Thích Ca Mâu Ni Đấng Cha Lành, cùng Chư Bồ Tát.v.v…cũng đã thấu hiểu được tấm lòng cao cả của quý vị! Không ai có thể khước từ việc xây dựng ngôi bảo điện, nhưng xét cho cùng chúng ta là người con Phật, khi đã hiểu giáo lý Phật đà rồi.

Cho dù có đóng góp…hay không cũng chẳng có gì là áy náy cả. Quan trọng ở đây quý Phật Tử phải biết "tu tâm" " tích đức" và "thức tỉnh" để hiểu đạo để tiến tu trên con đường giải thoát. Thời gian không chờ đợi quý vị đâu nhé! Không thể nào lấy phước hữu lậu mà che lấp cả thế gian này được. Tạo phước đức xây cất chùa chiền cũng tốt, nhưng cũng cần phải học hỏi giáo lý Phật đà, cho có thêm Trí Tuệ để tu tập thì càng tốt hơn nhiều. Quý vị ơi! Mạng sống rất là mong manh khi đại dịch còn đang hoành hành khắp nơi nơi. Không nên tranh chấp quyền lợi mà phải cố gắng tu tập…càng sớm càng tốt!

Chúng ta, cũng biết kẻ âm thầm, bao giờ họ cũng "âm thầm" làm việc cho "đạo" bằng cả tấm lòng hiến dâng. Dù có gì đi nữa, mình cũng là kẻ "thầm lặng" vẫn là "thầm lặng" phải không quý vị?

VÒNG XOÁY CUỘC ĐỜI

Nói đến đây tôi nhớ câu thơ của cố Hòa Thượng Viện Chủ:

"Anh có hiểu như tôi đã hiểu?
Đường vòng quanh, lòng vẫn một lòng
Những suy nghĩ như tôi đã nghĩ
Ta làm gì, trời đất mênh mông!

Ta đến đây đời mang sứ mệnh
Áo nâu sòng phủ kín tình quê
Trang kinh cũ hương thiền đạo hạnh
Xông ướp đời một lối đi về

Tôi thường hỏi người xưa tích cũ
Đời yêu thương, đạo nghiệp vẫn thành
Đi rồi đến, lòng thêm ái quốc
Thế hệ nào, bia cũng vinh danh!

Kiếp trượng phu cần chi danh vọng
Hiến cho đời giũ áo lên đường
Nơi cõi tạm - thứ gì cũng tạm
Tôi chân thành vấn nghĩa phi thường"
(Thanh Trí Cao)

Trong tận cùng của tâm khảm, ta cũng phải nhớ rằng, cuộc đời còn biết bao nổi thăng trầm, vận mệnh nổi trôi của dân tộc. Ta không thể nào tự mà gánh vác cho hết được sao, cần phải chung lưng đối cật để sống còn, nếu làm nên lịch sử, ta phải trải qua nhiều khổ nạn. Biển bao la lòng vẫn thiết tha, ta đi mãi mãi trên con đường giác ngộ. Cõi ta bà không dễ đâu mà tưởng...ta "xưng hùng", "xưng bá" với ai đây? Nếu thật tâm thì tu với đạo, đem đạo vào đời, có như thế đời bớt khổ đau...Tu đi cho cõi lòng thênh thản, cho cuộc đời vốn chẳng dài lâu, cho hơi thở tìm về cõi tịnh...! Cho muôn loài biết yêu thương nhau.

Tóm lại, những người âm thầm thường hay làm việc rất có ý

nghĩa, nhưng họ không bao giờ, than thở, thở than, chi mô!

Sống trên đời này là cả một nghệ thuật. Không có một công thức nào, một khuôn mẫu nào, mà chúng ta "âm thầm" được cả, phải "công khai" ra, nếu có "sáng tạo". Chúng ta cũng phải luôn tỉnh thức và sáng tạo không thể "âm thầm" mà làm một mình, phải "chứng minh" cho một người đều biết, việc làm chính danh. Dưới ánh sáng mặt trời, ta không thể nào che đậy được.

Vì việc làm ấy có ích cho mọi người chớ chẳng riêng cho ta. Một khi đã đánh mất đi tính "sáng tạo", ai đó sống cũng như chết. Âm thầm trong sáng tạo không tốt phải công khai trên mọi lĩnh vực…Cuộc đời này, thật quá ngắn ngủi, chẳng trách chi mọi người ứng xử như một một cái máy "vô tình" vô cảm. Chúng ta, cũng chẳng hề trách cứ họ không có niềm vui trong cuộc sống. Chỉ chạy theo danh vọng hão huyền, cơm, áo, gạo, tiền, ngoài ra chẳng cần biết thứ chi nữa… Sống như vậy quá ư! "đơn độc" lạnh nhạt, thiếu đi nghĩa tình, xóm làng cùng chung những người đang sống quanh ta! Thật quá uổng!

Thôi thì, "thầm lặng" vẫn cứ "thầm lặng" làm việc ý nghĩa cho đạo – cho đời không cần ai biết đến đó cũng là việc làm có ích cho xã hội. Miễn sao chúng ta không "thẹn với lòng" là được rồi. "Mặc ai nói ngả - nói nghiêng lòng ta vẫn vững như kiềng ba chân". Chúng ta hãy: "bình tĩnh, kiên nhẫn, đợi chờ…!" Làm bất cứ điều gì có thể làm được không hẹn đến ngày mai. Chẳng có cái gì mãi mãi ở bên ta, mọi thứ sẽ thay đổi theo chiều hướng tốt bạn nên sáng suốt và bình tĩnh. Nếu lăng xăng như con rối thì điều bất an sẽ đến với bạn ngay, càng thêm rắm rối mà thôi, chẳng có ích chi đâu!

Mong lắm thay!!!
California ngày 24/12/ 2019
Nhuận Hùng

HƯ HƯ – THẬT THẬT

Trên đời này, có lắm lúc chúng ta tự hỏi? Không hiểu (ông, bà, anh, chị…) "ấy", có "thật lòng" với mình hay không? Tạm gọi "hư hư – thật thật" Đúng vậy, một câu hỏi quá hay, nhưng câu trả lời, lại "oái ăm" vô cùng, Chúng ta, ai cũng biết việc đó, nên để người trong cuộc trả lời thì mới phải đạo! Theo thiển ý tôi, người xưa đã từng nói rằng:

> "Tri nhân, tri diện bất tri tâm"
> (biết người, biết mặt mà không biết lòng)

Thật ra, mà nói để đi sâu vào vấn đề thì có rất nhiều đề tài chúng ta, có thể bàn đến hai chữ (hư và thật) chữ "hư" theo cách nghĩa đơn thuần của chúng ta, là những vật đã bị hư hỏng, không còn dùng được nữa. Còn "thật" nghĩ thoáng một chút là thành thật, hay thật lòng, không giả tạo…"hư hư – thật thật" không biết đâu là giả và cũng chẳng biết đâu là thật. Một trạng thái như thế rất khó cho người khác suy đoán.

Đứng trên bình diện khác chúng ta không thể nói như thế được. Một là chọn "hư" hay là "thật" vì hai vế này đối nghịch nhau. Chúng ta, cũng nên lạm bàn một chút, khi nhắc đến Tam Quốc Chí có đoạn như sau, để giải thích hai chữ "hư hư – thật thật":

"Trong cuộc giao tranh này, Trương Tùng có thể đánh bại Tào Tháo và Dương Tu là bởi vì ông ta đã sử dụng phương pháp biện luận hư nghĩ thị ý pháp (phép biến cái không thành có).

"Hư nghĩ thị ý pháp" là đem cái vốn không có, làm cái có thật khách quan và làm cho đối phương lầm tưởng là sự thật khách quan. Thực thi biện pháp này gồm hai bước: "Hư nghĩ và thị y". Hai bước đó liên hệ mật thiết với nhau. Nhưng hư nghĩ tương đối dễ hơn do người làm chủ, hư đến mức độ nào, nghĩ ra hình thức nào đều do bản thân anh quyết định (Hư là cái không có, nghĩ là bịa cái hư ra cái thật). Còn thị ý thì tương đối khó hơn, có mục đích làm cho đối phương tin tưởng, cái anh hư nghĩ ra. Nếu đối phương không tin tưởng, tin cái hư nghĩ trở thành vô ích. Cho nên hư nghĩ (hư cấu) là tiền đề mà thị ý (bảo người ta chấp nhận) cũng là then chốt chỗ đó." (tìm đọc Tam Quốc Chí sẽ rõ)

Ở trên đời này chúng ta thường hay dùng lời nói đã giao tiếp với nhau. Nó cũng đóng vai trò chính trong mọi sinh hoạt hằng ngày. Người đời hay oán trời - trách đất thì dù chuyện tốt có đến cũng sẽ bị người ấy ép rời đi. Bởi vì khi nội tâm tràn ngập oán thù thì con mắt chỉ có thể nhìn mọi việc theo chiều hướng xấu mà thôi. Tâm niệm của con người và hiện thực luôn hấp dẫn - lẫn nhau, những sự tình không may cũng theo tâm cảnh bi quan đó mà xảy ra. Trái lại, một người luôn có suy nghĩ vui tươi, vô tư, chính trực, nghĩa khí thì hoàn cảnh thực tế của người ấy cũng sẽ trở nên tươi đẹp hơn.

Trong cuộc sống, chúng ta thường xuyên chứng kiến những trận cãi vã không ai nhường ai. Xuất phát câu chuyện cũng từ đâu mà ra, có phải là từ ngôn ngữ của chúng ta hay không? Hay sự hiểu lầm nào đó chẳng hạng? Nếu thương một ai đó, thì lời nói dễ nghe có khác. Nhưng ghét hay tức giận thì ngôn ngữ của mình lúc ấy sẽ ra sao? Ngày hôm trước mình còn quý mến chiều chuộng, kính trọng họ thế mà chỉ trong vài ngày sau đó thì khác hẳn, cũng bởi vì một động lực nào đó thúc đẩy làm cho chúng ta quên đi rằng "người hôm trước đó là ai?".

Mà hôm nay ta kết cho họ một cái tội thật là to tát. Nhẽ ra, sau này mọi việc sáng tỏa như ban ngày, ta có còn đủ can đảm dám tự mình nhận là có "lỗi" hay không?

Thật vậy, trong đời sống giao tiếp hằng ngày không ai tránh khỏi sự hiểu lầm cả. Thiết tưởng, nếu quý vị nào miệng cứ nói tôi đi chùa ba mươi năm hay bốn năm gì đó! Cũng đã có học chút ít giáo lý rồi, còn không thì cũng đã từng nghe quý thầy giảng dạy. Khẩu nghiệp là gì? Nghiệp khẩu là thế nào? Chắc quý vị cũng đã hiểu, không nhiều thì ít, đã đến chùa trước tiên, tâm chúng ta tự động hướng thiện, chưa kể đến những việc khác. Nếu nói về "khẩu nghiệp" trong giáo lý Phật đà rất ư là dài dòng. Hẹn kỳ khác có dịp sẽ chia sẽ cùng quý vị, cho nên bài viết này, tôi không đề cập đến. Chỉ bàn về "hư hư –thật thật" mà thôi.

Chúng ta, cũng thường xuyên nghe thấy những tiếng than vãn, là kẻ được hưởng phúc, hay vô phúc, trên phương diện bạn bè, hay quan hệ cha mẹ con cái…Nhưng thật ra, những cãi vã và oán thán "ấy" này hoàn toàn có thể ngăn chặn được còn thuộc vào, tâm - cảnh của người trong cuộc.

Người hoạt bát, vui vẻ thật ra không phải là họ không có phiền não mà họ biết giải quyết phiền não. Có thể hóa giải phiền não thành vui vẻ, luôn cố găng giữ cho (tâm thái an lạc). "Phiền Não tức Bồ Đề". Nếu quý vị hiểu được như vậy là tốt lắm rồi. (Trong vui có buồn hay trong buồn có vui) Hai vế này luôn luôn có trong (tâm) chúng ta. Vui – buồn cũng chỉ là trạng thái mà thôi, hãy tìm hiểu giáo lý cho kỹ thì sẽ rõ ngay.

Người hay phiền não cũng không phải là không tốt, hoàn cảnh dù có tốt, mà tâm trạng không tốt cũng dễ sinh tâm phiền não.

Cho nên đối với họ, dù những chuyện đang vui vẻ gặp điều bất như ý xảy ra, cũng có thể dẫn có đến tâm trạng không tốt.

Người có tâm địa tốt, thì khi nhìn nhận người khác, nhìn nhận sự việc đều lạc quan, tích cực, nhìn ra điểm tốt của người khác nên dễ dàng chấp nhận. Ngoài ra họ luôn luôn khoan dung, nhẫn nhịn, thận trọng trong mỗi việc làm, lạc quan yêu đời nên họ sống thọ hơn. Bởi vì tâm trạng và thái động tốt nên phần thiện của những người này thường nhiều hơn, luôn luôn mang tình yêu thương đến với người khác, như thế họ có thể kết được nhiều thiện duyên, vận tốt và tiền đồ của họ cũng rộng mở.

Bởi vậy, tấm lòng chân thật của họ dễ được chấp nhận hơn những người có tâm địa không được tốt.

Hai từ "hư hư – thật thật" nói lên những con người không có lập trường vững, chỉ biết (gió chiều nào thì theo chiều ấy) sống như thế dù làm tới bậc tài cao đức trọng, cùng tột. Nếu họ là chủ công ty hay lãnh đạo đảng phái nào đó? Những người thuộc hạ của họ chẳng mấy ai kính nể. Vì sống trong cảnh "hư hư – thật thật" không rõ ràng công việc, dễ gây hoang mang cho mọi người, đó là việc làm hoàn toàn giả tạo. Không xứng là bậc chính danh quân tử. Buộc chúng ta phải kính trọng. Người xưa có câu:

"Kim vàng ai nỡ uốn câu, người khôn ai nỡ nói nhau nặng lời"

Ai ai cũng muốn bảo vệ quan điểm cá nhân của mình, nhưng nếu vì "tự tôn" của bản thân mình mà chà đạp lên lòng "tự trọng" người khác, thì bạn sẽ là người gánh tai họa. Ví dụ như bạn muốn bảo vệ dự án làm ăn nào đó của bạn, vậy là bạn phải họp tất cả các phòng ban lại và bác bỏ hết tất cả ý kiến đóng góp của những người cộng sự chung với bạn, chỉ độc đoán ý kiến của riêng mình. Cuối cùng chuyện gì xảy ra? Rạn nứt ẩu đả với nhau, bạn sẽ phải gánh chịu hậu quả trong công việc làm ăn sau này mà thôi.

Nói năng cần phải hàm xúc và phải để mà còn có đường lui cho mình nữa, không nên nói lời đoạn tuyệt người khác, là điều tối kỵ giữa con người với con người. Mình sống lúc này vương giả nhưng ngày mai sẽ ra sao? Bạn có dám đảm bảo hay không? Đường đời còn lắm chông gai, nấp quan tài chưa khép lại thì mình vẫn còn nhiều, nhiễu nhương lắm đó bạn ạ!...Những người sống (biết người - biết ta) sẽ không bao giờ nói lời tận ngôn, tuyệt tình như thế! Cổ nhân xưa có nói:

"Khôn ngoan đối đáp người ngoài,
gà cùng một mẹ chớ hoài đá nhau"

Nếu bạn còn chút lương tri hay chút hiểu biết nào đó, bạn sẽ để lại cho người khác một "lối thoát", lưu lại chút "khẩu đức" cho bản thân mình thì tốt hơn.

Ngược lại, người trí huệ thì luôn chú trọng "khẩu đức" miệng luôn nói lời chân thật, nói những lời nhẹ nhàng êm dịu, dễ nghe. Trong tâm họ lúc nào cũng đầy thiện cảm, dùng lời ái ngữ dễ nghe, cũng giống như từ trường tốt đẹp mà phát xuất ra và từ đó họ sẽ có được phúc báo.

Cho nên biết rõ về mọi người, không cần phải bận tâm, hãy lưu lại cho người ta khoảng trống, đây cũng là lưu lại chút "khẩu đức" cho mình, nói như thế còn có nghĩa là "thủ hạ lưu tình".

-Trách một người không cần phải tận trách, hay biêu xấu trước mặt người khác, nhưng hãy lưu lại cho người ba phần khoảng trống, đây cũng là lưu được chút "độ lượng" cho mình về sau...!

-Có công không cần đòi hỏi, tận cùng của sự khen thưởng, hãy lưu lại cho người một phần khoảng trống, đây cũng là lưu được chút "khiêm nhường" cho chính mình.

Đúng lý, không cần đoạt tận, hãy lưu lại cho người nửa phần khoảng trống, đây cũng là lưu được chút "khoan dung" cho chính bản thân mình.

Nhắc lại, cổ hủ xa xưa và mê tín thì thời nào cũng có, nhưng chúng ta đang sống trong thời hiện đại, làm việc gì cũng nên tư duy rõ ràng, biết việc nào nên làm, việc nào không nên làm, (phải- quấy) đều rõ ràng. Không thể hồ đồ- hỗn độn. Bây giờ thời đại "4.0 rồi nhé", chỉ chờ ngày thêm (.) chấm nữa bạn ạ! Chớ không phải thời thượng cổ muốn gán tội cho ai thì gán muốn xỉ vả ai thì xỉ vả, luật nhân quả hiện tiền, sẽ kề cận bên mình, không cần phải đợi kiếp khác mới có hiệu quả. Hãy thận trọng lời nói là tốt hơn.

Tóm lại, bài viết này chỉ có thế thôi, xin quý vị hãy thận trọng, trên đường thênh thang bước tới "Chân - Thiện - Mỹ…"

Chúng ta cũng có thể làm thay đổi cục diện nào đó, và cũng có thể "thêm gai gốc" vào mình để bảo vệ bản thân. Nhưng cái chúng ta cần làm là biến mình thành một "**con người chơn chất, thánh thiện và hoàn hảo** ", chứ không phải trở thành con người "**không biết phân biệt - phải trái**," bất chấp…! chỉ biết hùa theo đám đông, nhìn một hướng tiêu cực, luôn xử trí một cách nông cạn. Thật khổ thay! Sau này, hối hận chuyện cũng đã muộn …!

Không nhìn ra vấn đề, (đâu là thật – đâu là giả.) Đừng rơi vào (bát quái đồ, mê hồng trận) khó mà thoát ra. "**hư hư – thật thật**" oan uổng vô cùng.

Mong lắm thay!!! Hãy tránh xa cường hào - bá đạo…!
Nên tỉnh tâm tu tập.

Bắc Cali ngày 25 -12-2019

Nhuận Hùng

CỘI TÙNG – HAI NHÁNH

Có những buổi chiều về, tia nắng vàng nhạt yếu ớt le lói nhưng còn vương vấn đang luyến lưu cùng cảnh vật. Hoàng hôn từ từ buông xuống bao phủ cả không gian tĩnh mịch. Ngôi chùa cũng đang chìm dần vào trong bóng tối. Sau tiếng Đại Hồng Chung ngân vang xé tan bầu không khí, trầm lắng như thức tỉnh bao tâm hồn phiền muộn đâu đó. Hồi chuông báo hiệu cho đại chúng chuẩn bị thời khóa Tịnh độ hằng đêm. Hương đèn trên các bàn Phật đã được thắp sáng, khói trầm nghi ngút thoảng lên, trong chánh điện thật là uy nghi. Hai vị tăng trẻ nghiêm trang đứng trước bàn thờ Tổ. Ba tiếng chuông ngân lên, rồi tiếp theo là một hồi khánh dài. Tất cả đồng xá hòa chúng và rồi mỗi người lặng lẽ từ từ bước lên trên chánh điện…!

Thời Tịnh độ tối đã bắt đầu mọi người đều có mặt đầy đủ. Nhà Sư trụ trì lớn tuổi rảo bước vòng quanh dưới mái hiên chùa. Thỉnh thoảng, ngài đưa mắt nhìn xuyên qua khung cửa sổ, như thể theo dõi hai vị đệ tử của mình. Nhà Sư nổi tiếng là người rất nghiêm nghị. Đời sống của người rất đơn giản. Ngài hành trì giới luật rất tinh nghiêm. Dáng người trông có vẻ hơi gầy, nhưng vẫn còn tràn đầy sức sống. Người rất hiền hòa nói năng chậm rãi từ tốn. Vì thế, nên các đệ tử và Phật Tử trong làng rất yêu kính mến. Nhà Sư bước đi khoan thai chậm rãi đến gốc cây tùng và ngồi trên một băng đá. Màn đêm bao phủ càng lúc càng chìm sâu dần. Thỉnh thoảng một vài cơn gió mát nhẹ thoảng qua, gây nên cảm giác rất thoải mái dễ chịu. Người ngồi yên ổn như để thiền quán, quán sâu sắc vào một vấn đề gì đó…!

Chung quanh chùa có nhiều tàng cây cành lá sum suê thật mát mẻ. Phong cảnh ở đây rất hữu tình và ngoạn mục. Phía trước sân chùa là một vườn cây kiểng đủ loại. Những cây kiểng nầy phần lớn là do Phật Tử hiến tặng. Nhà Sư rất khéo tay và mỹ thuật, làm cả non bộ nữa, chăm sóc vườn kiểng trông rất là xinh tươi đẹp mắt. Phía sau chùa là một miếng đất được phát hoang rất rộng lớn. Nơi đó, trồng nhiều loại rau trái và lúa thóc. Nhờ đất mầu mỡ mà Tăng Chúng trong chùa đủ chi dùng quanh năm, không nhờ vào đàn na tín thí.

Từ dưới chân núi lên đến chùa, đường đi rất là ngoằn ngoèo quanh co. Con đường dốc nhỏ chỉ vừa đủ một chiếc xe ngựa chạy vào. Hai bên đường vào chùa toàn là những cây cối mọc chằng chịt đan nhau um tùm. Ngôi chùa đơn sơ nằm sâu trong rừng thăm thẳm, cách xa làng xóm. Do đó, nên rất ít người đến viếng thăm. Chỉ vào những ngày lễ lớn thì mới có nhiều Phật Tử từ khắp nơi tụ họp về chùa thắp hương lễ bái. Vì thế, mà ngôi chùa thật là yên tĩnh vắng vẻ. Trong chùa, ngoài một cụ ông chuyên lo quét dọn, nấu bếp và thỉnh Đại Hồng Chung, còn có ba thầy trò, một Nhà Sư trụ trì lớn tuổi và hai đệ tử. Hai đệ tử trong lứa tuổi thanh xuân. Cả hai trông rất khỏe mạnh, và khôi ngô tuấn tú, vị lớn pháp danh là Tuệ Văn, vị nhỏ là Tuệ Minh. Cả hai đều thọ Cụ Túc Giới, tức (Tỳ kheo), Tuệ Văn lớn hơn Tuệ Minh độ vài tuổi.

Trước khi, đến chùa Tuệ Văn đã mãi nghĩ đến lời giảng giải của Nhà Sư về lý vô thường mà Phật dạy. Vì là người có trình độ học vấn, nên sự nhận thức của chàng rất là sâu sắc. Sau vài ngày suy tư chín chắn, chàng quyết định tìm đến Nhà Sư mà chàng đã gặp hôm trước để cầu xin xuất gia. Chàng xin phép người cha cho chàng đi tu. Lúc đầu, người cha tỏ ra giận dữ không đồng ý. Nhưng chàng cố quyết định năn nỉ xin cho kỳ được. Chàng đưa ra nhiều lý lẽ để giải thích thuyết phục. Cuối cùng, người cha cũng đành phải chấp nhận. Thế là chàng khăn gói lên đường để tìm vị Sư mà chàng cảm thấy như có duyên sâu đậm trong nhiều đời.

Đến nơi, chàng trình bày mọi việc và xin được xuất gia. Lúc đầu, Nhà Sư không chấp nhận, vì cho rằng sự quyết định đó của chàng có phần vội vã. Có thể đó là do một tâm tư bồng bột thiếu suy nghĩ kỹ càng. Nhà Sư nói với chàng:

- Nguyện vọng xuất gia của con thì thầy không có ý ngăn cản. Nhưng thầy chỉ muốn con nên suy xét kỹ lại. Hiện giờ con đang theo học Đông y dược. Thầy muốn con nên trở về nhà cố gắng theo học cho đến khi tốt nghiệp ra trường mở phòng mạch. Chừng đó con có thể ra hành nghề cứu đời giúp người. Như vậy có phải là tốt hơn không. Nhà Sư trầm ngâm vài giây rồi nói tiếp:

- Con nên biết, chuyện xuất gia không phải là chuyện dễ dàng, vì nó rất hệ trọng cho cả cuộc đời của con sau nầy. Hơn nữa, đời sống của người xuất gia không phải tầm thường. Vì đó là cả một chí nguyện lớn lao siêu trần đạt đạo. Trước mắt là phải chịu cực - chịu khổ, thức khuya dậy sớm hành trì lễ bái. Theo thầy, con không nên có quyết định hấp tấp vội vã, mà sau nầy phải ăn năn hối hận.

Dù có những lời lẽ phân trần lý lẽ xác đáng chân thật của Nhà Sư, nhưng chàng vẫn khư khư một mực quyết tâm giữ vững lập trường và cố nài nỉ khẩn cầu van xin cho bằng được. Chàng tỏ bày bằng giọng nói hiền từ nhưng ngầm chứa đựng ý tưởng dứt khoát:

-   Kính bạch Thầy, qua những lời khuyên bảo phân tích của Thầy, thật con vô cùng cảm kích và cám ơn Thầy. Nhưng thưa Thầy, trước khi con đến đây, con cũng đã suy nghĩ rất kỹ và chính chắn. Cả đêm, con trằn trọc suy tư không thể ngủ được.

- Con nghĩ, sau nầy con có ra trường làm thầy thuốc, thì con cũng chỉ trị được "thân bệnh" mà thôi, chớ con không thể nào trị được "tâm bệnh". Chi bằng, thầy cho con xuất gia học đạo, sau nầy con có thể vừa trị được **thân bệnh** mà cũng vừa trị được tâm bệnh. Như vậy, không phải có lợi hay sao? Như Thầy đã có nói, trị được **tâm bệnh** mới là điều quan trọng. Khi dứt được **tâm bệnh**, thì **thân bệnh** cũng theo đó mà không còn nữa. Vậy nơi đây, con kính xin Thầy từ bi hoan hỷ, dũ lòng thương xót chấp nhận cho con được tròn đầy nguyện vọng. Nói đến đây, chàng sụp xuống đảnh lễ Nhà Sư, ba lạy như để mong người chấp nhận…Trông vẻ mặt chàng rất ư! thành khẩn.

-Nhà Sư thầm nghĩ, mình định dùng lý lẽ nói hơn thiệt cho "nó" hiểu, không ngờ "nó" lại thuyết phục mình. Thôi thì, đành phải chấp nhận cho "nó" được toại nguyện. Thế là một buổi lễ xuất gia thật đơn giản chỉ có hai thầy trò làm lễ thế phát trên chánh điện.

Từ đó hai thầy trò chung sống hủ hỉ sớm hôm với nhau. Tình nghĩa thầy trò ngày càng sâu đậm. Vốn có trình độ học thức sẵn, nên thầy Tuệ Văn sau khi thế phát xuất gia không bao lâu, thầy đã học thuộc làu hai thời khóa tụng. Thầy được Nhà Sư quan tâm dạy dỗ rất chu đáo, nên thầy khá giỏi giáo lý. Ngoài hai thời khóa tụng niệm sáng tối ra, những bộ kinh điển căn bản khác, thầy đều lần lượt thuộc hết. Thầy có trí nhớ dai rất tốt. Còn giúp cho sư phụ nhiều việc về công văn của chùa, như giấy tờ, sớ điệp…!

Còn chú Tuệ Minh vào chùa sau thầy Tuệ Văn một năm. Hoàn cảnh của chú thật lắm tang thương bi đát. Chú đã mồ côi cha từ thuở nhỏ. Chú vừa tròn ba tuổi thì đã mất cha. Người cha chết trong lúc chiến tranh loạn lạc. Từ đó, chú sống dưới sự bảo bọc nuôi dưỡng của người mẹ. Mẹ chú không tái giá. Người quyết định ở vậy sống một mình để lo cho con.

Nhưng bất hạnh thay! Năm chú lên mười ba tuổi, thì người mẹ của chú sau một cơn bạo bệnh đã qua đời. Chú lâm vào hoàn cảnh mồ côi mất cả cha lẫn mẹ. Bấy giờ, chú không biết phải nương tựa vào đâu! Chú sống lang thang rày đây mai đó, bữa đói, bữa no. Sự học hành của chú cũng bị dở dang gián đoạn sau cái chết của người mẹ. Thế là, chú chỉ còn có cách là phải vào cô nhi viện. Chú sống trong cô nhi viện được vài năm. Tình cờ, một hôm chú gặp được Nhà Sư, người có việc vào thăm cô nhi viện. Nhân đó, chú lân la trò chuyện và cuối cùng, chú bày tỏ hết nỗi lòng qua tình cảnh đau khổ ngút ngàn của chú. Và chú có ý định muốn đi tu.

Vì quá cảm thương cho thân phận bất hạnh của chú, nên Nhà Sư chấp nhận cho chú xuất gia. Chú vào chùa xuất gia. Năm đó chú mới được mười sáu tuổi. Tính tình láu lĩnh và hoạt bát nhưng cũng rất nhiều mưu mẹo…!

Qua năm sau, Nhà Sư cho chú thọ giới Sa di. Từ đó, chú trở thành một chú Sa di hiền từ dễ thương - dễ mến nhưng cũng còn lém lĩnh…Sau chú Tuệ Minh thọ Cụ Túc Giới, tức giới (Tỳ Kheo). Ba thầy trò sống với nhau rất vui vẻ văn – võ đều được nhà sư trao truyền cho hai đệ tử cả, nhưng Tuệ Minh tính tình không mấy thật thà thường hay lấn áp Tuệ Văn. Nhà sư thấy vậy thường hay nhắc nhở, hai đệ tử rằng:

-'Tu là chuyển cái nhìn, (**nhìn tốt về người khác thì mình sẽ tốt**), còn như lúc nào cũng (**nhìn xấu về người khác thì tâm tánh mình sẽ bị nhiễm xấu lúc nào không hay**). Đến một lúc nào đó, mình thấy ai ai cũng xấu thì mình làm xấu luôn. Lúc đó bị gông cùm rồi mình hối lỗi cũng đã muộn rồi, bởi vì (**tâm mình xấu thì lúc nào cũng xấu.**) Nhìn (**tâm Phật thì mới có thể chuyển được tâm tốt cho mình,**) các con có nhớ không?''

-Y giáo phụng hành, hai đệ tử răm rắp nghe theo. Nhưng nói vậy, chớ có mấy ai thực hiện được đâu!

Sau một thời gian dài, thầy trò ra sức kiến tạo ngôi chùa trong núi, bằng công sức và sự đóng góp của mọi người, chẳng mấy chốc trở thành ngôi Đại Hùng Bảo Điện thật huy hoàng, tiếng xấu đồn gần - tiếng tốt đồn xa, mọi người ai ai cũng đều biết đến. Nhưng thế gian này, mọi vật không thể đứng yên cho chúng ta thừa hưởng hay chờ đợi một ai đó đến chuyển nhượng hay sao? (vô công bất thọ lộc) là thế đó!

"Ngồi đây lắng tiếng chim bay, ba ngàn thế giới không đầy tấc gang, phương Tây vừa khuất quạ vàng, phương Đông thỏ ngọc đã ngang đỉnh đồi, trước sau có một mình tôi, nghe như có tiếng đất trời gọi nhau, xuất thiền lặng lẽ giây lâu, lá xanh rèm liếp bên lầu sáng trăng, sông xưa thuận nẻo dương trần, gió theo tám hướng lòng không bận về."

Vô thường của thế gian, không ai có thể khước từ cả, ngay cả Nhà Sư nội lực cũng khá cao, võ công cũng thuộc loại thượng thừa, nhưng cũng không vượt qua cửa ải vô thường của tạo hóa. Sau khi hoàn tất công việc xây cất Bảo Điện, để lại cho hậu sanh, Nhà Sư đã ngã bệnh. Tuệ Văn phải đưa sư phụ xuống núi điều trị bệnh tình, còn chùa chiền giao lại cho Tuệ Minh đảm trách tất cả mọi việc. Câu chuyện không phải đơn giản và chấm dứt ở đây?

Việc gì sẽ xảy ra chúng ta từ từ tìm hiểu sau. Nếu đường đời cũng nhưng đường đạo êm đẹp thì có chuyện gì đâu mà xảy ra? Hằng bao câu chuyện bi đát, thương tâm đã từng xảy ra sau bức màn nhung có mấy ai biết được? Nếu chúng ta, có tâm học đạo, hiểu lý lẽ Phật đà chỉ một góc độ nào đó, chúng ta cũng có thể đoán ra ngay, còn bằng như "không" biết gì cả, đó chỉ là hạng người "……." xin miễn bàn!

Nhắc lại câu chuyện trên, khi đưa Nhà Sư xuống núi Tuệ Văn tưởng là một việc chữa bệnh rất dễ dàng. Vì đã sống lâu năm trên núi, nên nay hạ san hai thầy trò gặp phải rất nhiều trở ngại, dọc đường đi, chẳng may xe ngựa đã quá cũ kỹ nên bị hỏng thời gian đành phải kéo dài. Thời bấy giờ, xa xưa việc di chuyển rất ư là vất vả, núi non hiểm trở đường xá xa xôi, nên bệnh tình Nhà Sư càng ngày càng thêm trầm trọng.

Khi đến phố thị thì Nhà Sư đã xả báo thân, quảy dép quy Tây, hồn về cực lạc giã từ cõi Ta Bà. Lúc bấy giờ Tuệ Văn lạc vào cảnh khốn cùng tiền bạc mang theo cũng cạn kiệt lấy đâu mà lo cho sư phụ. Cuối cùng, phải vay mượn tiền bằng cách làm thuê tại bến đò lấy tiền lo trang trải hậu sự cho sư phụ. Hai năm, sau đó mới xóa hết số nợ "ấy", nhưng Tuệ Văn vẫn cố gắng làm việc không ngừng nghỉ và tâm trí luôn luôn nhớ về chùa cũ. Những vần thơ xưa của người thiên cổ lần lược gợi lại từ tâm khảm của chàng:

"Lách mình lên đỉnh non cao
Ngồi nghe gió lộng kể bao ân tình
Thôi thì vui kiếp nhân sinh
Học hạnh dâng hiến hòa mình cảm thông

Ta nghe tiếng gọi dòng sông
Hững hờ cơn gió bềnh bồng bất phân
Bao giờ mây lại ngừng chân
Để mà hội ngộ một lần cho ta

Chung quanh thiền thất cội già
Có chú chim nhỏ ngân nga chúc lành
Rừng cây khoát áo thiên thanh
Ánh mắt viễn ảnh thăm sâu cuối trời…"
                    Thanh Trí Cao

Những cơn gió lồng lộng thổi qua, mây ngàn ôm ấp mộng mơ lững lờ, kiếp nhân sinh cuốn hút tận chân trời, mây mù tháp cổ, dòng sông đợi chờ, tâm hoa đã nở "ngộ" nhân còn gì? Gì đây cảnh cũ người xưa, thiên thu còn đó người đà mất đi…!

Đúng vậy, "Còn đây ấn tích trên nền cũ, phảng phất hương thiền đẹp ý thơ." (Thanh trí Cao).

Người đã ra đi như cội tùng ngã bóng…lữ khách đến như nắng chiều vụn vỡ, bóng tà dương le lói chốn đôi bờ, sóng biển gọi tình yêu thương đồng loại, chuyện hôm qua ảo ảnh đã phai mờ, bàn tay nhỏ xíu kéo thời gian lưu lại, quyền năng kia tàng ẩn bao sóng ngầm, bao hưng phế kinh hoàng để rồi kiếp đảm, người đã phát ngôn bằng cả hùng tâm, trời lồng lộng trở gió lùa mây qua phố cổ, tiếng kinh chiều rồi cũng vào Đông, hoa vẫn nở như niềm hy vọng, người bước đi dâng cả tấm lòng…! (Thanh Trí Cao).

Những gì đến, rồi sẽ đến, Tuệ Văn sau những tháng ngày lặn lội với nhân tình thế thái, nhưng tấm lòng vì đạo vẫn thiết tha. Nơi tha phương mang nhiều ẩn khúc "Phiền Não tức Bồ Đề", dòng thời gian không thể khước từ. Nhưng cuối cùng ngọn gió, "kia" thổi cũng đưa chàng về lại "cổ tự" năm xưa.

Oái ăm thay, cảnh cũ còn đó nhưng lòng người thay đổi, đổi thay lúc nào mà Tuệ Văn chẳng hay biết được? Bao ân tình huynh đệ, chia ngọt xẻ bùi, gắn bó cùng nhau nhưng không hiểu vì sao. Bỗng chốc biến thành mây khói, ai có ngờ đâu lòng người đổi "trắng" thay "đen" mau quá nhỉ???

Vào buổi đẹp trời nọ, Tuệ Văn lặn lội trở về ngôi "cổ tự" năm xưa, nhưng không cùng đi chung với sư phụ, Tuệ Minh lấy cớ ấy đủ điều…dù cho Tuệ Văn giải thích bao nhiêu nhưng cuối cùng, người sư đệ Tuệ Minh, cho rằng sư huynh mình trở về muốn chiếm đoạt lại ngôi chùa…Vì lúc này không còn có sư phụ đi chung nữa. Bao nhiêu sự kiện đưa ra mà Tuệ Minh khư khư không tin tưởng Tuệ Văn là "sư huynh" của mình nữa. Vì lòng tham dục đã nổi lên Tuệ Minh không còn lý trí, quán xét vì tánh tình hung hãn, phát ngôn bất chánh mất đi hình ảnh đẹp và hiền lành từ bao năm qua.

Cứ nghĩ rằng ngôi chùa này là "của mình" lo lắng trong năm tháng sư phụ và Tuệ Văn đi vắng là toàn quyền mình quản lý và quyết định mọi thứ, thêm vào những lời ra tiếng vào bên ngoài xúi dục. Tuệ Minh mỗi lúc mỗi hung hãn "bản ngã" cao ngạo lại lại "sở hữu chủ…" nổi lên đùng đùng. Lòng từ bi học đạo Tuê Minh theo sư phụ nhiều năm, nay đã tan theo mây khói:

Tứ hoằng thệ nguyện, nghĩa là:

"Chúng sanh vô biên thệ nguyện độ
Phiền não vô tận thệ nguyện đoạn
Pháp môn vô lượng thệ nguyện học
Phật đạo vô thượng thệ nguyện thành"

(Cổ nhân nói: "ruộng dâu hóa biển", "vạn pháp vô thường", người học Phật chúng ta không thể không thấu rõ.

Kinh điển dạy rất nhiều, đức Phật là bậc trí tuệ viên mãn đã chỉ dạy, đơn giản nhất cũng chính là nguyên tắc quan trọng nhất mà chúng ta thường niệm "tứ hoằng thệ nguyện"chính là phương pháp tu hành. Chỉ có bốn câu dễ nhớ nhưng người học Phật lại luôn xem thường, miệng niệm hằng ngày, biến thành câu cửa miệng tầm thường nhưng không hề tư duy ý nghĩa của nó, cũng không hề nghĩ mình phải làm thế nào cho đúng. Sai lầm này là do chúng ta, không phải Phật hay Bồ Tát. Chúng ta chỉ là chúng sanh mà thôi, nên tâm niệm còn chao đảo quá nhiều. Chúng ta học Phật đã phát tâm chưa? Chúng tôi đi qua rất nhiều vùng và nhiều nước, gặp không biết bao nhiêu bạn đồng tu, nhưng người phát tâm chân chính quả thật hiếm thấy.

Họ đều biết niệm "chúng sanh vô biên thệ nguyện độ" nhưng trên thực tế lại không có tâm độ chúng sanh, khởi tâm động niệm vẫn vì chính bản thân mình. Hay nói cách khác, vẫn là tự tư, tự lợi, riêng cho mình không hề nghĩ đến chúng sanh. Ngày nào cũng niệm câu này, nhưng đó chỉ là câu niệm suông, gặp chuyện ít có ai nhớ đến câu này…) thường hay lấy tâm tham- sân- si mà đổi đãi với người khác. Tâm hỷ, tâm xả, tâm quảng đại, ít ai muốn mở rộng ra…)

Tuệ Minh quên tất cả lời giáo huấn của sư phụ từ lúc ban sơ nhập đạo, bây giờ chỉ biết hành xử theo cá tính. Cuối cùng, rồi cũng tiêu tan theo mây khói, tại sao? Và tại sao??? Chúng ta từ từ tìm hiểu!!! Mọi việc sẽ rõ…Tu như thế, còn gì gọi là tu! Hãy bình tâm, phương trời bao la vẫn còn rộng lớn, lưới tuy thưa nhưng lòng người khó thoát…Luật tuần hoàn vay trả- trả vay vẫn còn mãi đó…!!!

Rồi từ, đó Tuệ Văn hướng đến chánh điện không lời nói nào cả, chẳng phân bua với ai cả, đảnh lễ đức Thế Tôn rồi lặng lẽ ra đi…Ngôi chùa vẫn còn đó, người thì đi xa mãi mãi. Ánh từ quang vẫn còn đó, lòng người bây giờ không còn như xưa nữa… "vạn sự - tùy duyên" là thế đó!

Tóm lại, câu chuyện "Cội Tùng – Hai Nhánh" chúng ta cũng tạm hiểu "tu" hay "không tu" là như thế nào? "Đạo" hay "đời" chỉ cách nhau trong lối cư xử, đối nhân xử thế, chớ không phải đạo mạo, tu hành bên ngoài nhưng tâm địa bên trong thì khác. Còn về phước báu là chuyện khác xin miễn bàn.
Mong lắm thay!

Câu chuyện này chỉ có thế thôi, mong quý vị tùy nghi suy đoán…!!!

Mùa Đông giá tuyết.

Los Angeles ngày 29/12/2019

Nhuận Hùng

BẦU TRỜI - BÌNH YÊN

Nói đến bình yên, là chúng ta nghĩ ngay đến những tháng ngày, mưa gió tầm tả hay phong ba bão tố cuồn cuộn nổi lên. Nói theo khoa học, một cách khác hơn là thời tiết biến chuyển, nghĩa là chiếc ghế trống của TT Trump không chịu ngồi vào, để lo cho toàn cầu về vấn đề này. Vắng đi "chủ xị" thì thời tiết cũng đảo điên theo. Nơi thì lạnh buốt tuyết rơi quá độ, nơi không đáng lạnh cũng phải lạnh. Mưa gió bất hòa, trời đất đảo điên thử hỏi lòng người có yên ổn hay không? Không yên thì kinh tế thị trường làm gì sản xuất ra nhiều sản phẩm được…!

Đúng vậy, lòng người "không ổn" thì dù trời đất có yên ổn, cũng bằng thừa mà thôi! Chúng ta thường nghe người xưa nói: "Lòng dân là ý trời". Vậy trời có thiên vị hay không quý vị ???

Đứng trên, bình diện nhân sinh quan hãy nhìn qua các nước lân cận, chẳng hạng về phương Đông, thí điểm Hồng Kông những ngày tháng qua, dân chúng bị chính quyền Trung Cộng đàn áp, biết bao triệu người đổ xuống đường biểu tình, mang khẩu trang thật là tội nghiệp vô cùng, trước sức đàn áp bằng vũ lực thật tàn tạ. Vậy bấy giờ người dân ở đó có yên hay không yên? Quý vị cũng biết đó, bị đàn áp như thế mà cho là bình yên thì thật là nghịch lý vô cùng? Có phải không quý vị? Nếu chính quyền sở tại ở đó mở ra chiến dịch "Thiên An Môn thứ II" thì lúc đó quý vị, sẽ thấy "biển máu" lai láng của người dân vô tội sẽ đổ ra ngay...! Ông trời ơi! Là ông trời! Ông có nghe không và ông sẽ nghĩ sao? Hay chỉ "lặng im" Ngồi nhìn những sự kiện chèn ép dân vô tội, chướng tai gai mắt xảy ra như thế hả ???

Bây giờ, chúng ta quay về thực tế, một cách khách quang hãy nhìn về phố Bolsa, tại Nam Cali, Mỹ quốc người Việt vào ngày 12/12/2019. Bão "lửa" cũng đã xảy ra tại "Bảo Quang Tự" hình ảnh ấy nhan nhản trên các đài truyền hình, truyền thanh "you tube" báo chí đăng tải, hàng loạt tất cả tin tức "hot" như thế nào? Quý vị thử xem ra sao? Trời Cali đang lạnh buốt tiết mùa Đông nhưng "lửa" vẫn hừng hực vậy ông trời có "bình yên hay không?" Nhắc đến hai chữ bình yên hay bình an, trước tiên tâm của chúng ta, "bình an" "bình yên" hay chưa? Cũng như trong kinh Hoa Nghiêm có đoạn đã nói:

"Kinh Hoa Nghiêm chú trọng vào sự nuôi dưỡng và khai triển Bồ Đề Tâm. Chỉ có diệt phiền não thôi thì chưa đủ và không cứu cánh. Như các vị A La Hán lậu tận, dứt hết phiền não, nhưng không thể thành Phật được. Thành Phật là do phát triển Bồ Đề Tâm. Nếu bạn nuôi dưỡng được một phần Bồ Đề Tâm thì tự nhiên, một phần phiền não sẽ rơi rụng mà bạn chẳng mệt nhọc diệt trừ. Ví dụ: Thay vì kìm hãm tánh giận dữ khi thấy kẻ khác lầm lỗi, cố giằng cơn nóng giận xuống thì bây giờ, mình tập tha thứ, tha lỗi cho họ. Tìm hiểu nhân quả (nguyên nhân) khiến họ sai lầm do đâu mà ra. Nhất là ta phải thấu suốt những nhân tố trong tình cảm, danh lợi, tài lộc, đẳng cấp, cao thấp trong xã hội...quan hệ nhiều khía cạnh để mình biết cách giúp đỡ "gở nút thắt trong lòng" cho họ. Tấm lòng biết tìm hiểu sự khó khăn của kẻ khác gọi là trí tuệ. Chỉ khi có trí tuệ hoặc (tuệ giác) sự tha thứ mới đem tới hiệu quả tích cực. Tha thứ hoài hoài mà chẳng bao giờ trách cứ ai: Đó chính là trạng thái của

Bồ Đề Tâm. Biết nhận lỗi của mình là bước đầu để biết tha thứ và tha lỗi cho kẻ khác." Làm được như thế mới đáng là Phật Tử hiếu đạo.

Còn nữa, Kinh Pháp Hoa cũng đã có đoạn viết rằng:

"Tam giới vô an, du như hỏa trạch"

"Cảnh nhà cháy là ba cõi. Tam giới tỷ như tòa nhà bị hỏa hoạn. Chúng sanh ở trong ba cõi hằng bị thiêu đốt bởi các **phiền não, các khổ lụy**, cũng như người ta đang ở trong tòa nhà bị hỏa hoạn, vì vậy nên gọi là Tam giới hỏa trạch. Ngoài ra còn có cả lửa "tham –sân- si)…"

"Diệu Pháp Liên Hoa kinh, phẩm Thí dụ: Như thị đẳng chủng chư khổ, chúng sanh một tại kỳ trung, hoan hỷ du hành bất ý giác bất trí, bất kinh bất bố, diệc bất sanh yếm, bất cầu giải thoát! Ư thử Tam giới hỏa trạch, Đông Tây trì ẩn. Tuy tao đại khổ, bất dĩ vi hoạn:"

Tạm dịch:

(Chúng sanh chìm đắm trong trong vô số nạn khổ như vậy, thế mà họ vui vẻ rong chơi, chẳng hay chẳng biết, chẳng kinh - chẳng sợ, chẳng hề biết chán, chẳng cần ra khỏi! Ở trong tam giới như cảnh nhà bị hỏa hoạn ấy, họ chạy nhảy tửng tửng bên nầy sang bên kia, trông thật nhố nhăn. Tuy gặp đại khổ, thế mà họ chẳng cho đó là nguy!) (Hán Việt của Đoàn Trung Còn)

Cho chúng ta thấy "lửa" mà từ "tâm" của chúng ta đã khởi ra còn độc hơn cả lửa của thế gian nữa! Chúng ta, là những người có học giáo lý Phật đà, cũng nên sáng suốt nhìn sự việc chứ vì một chút gì đó…không hiểu rõ cội nguồn, mà lạc vào mê hồn trận, khi tĩnh thức có muốn thoát cũng không dễ chút nào đâu!

Mỗi lỗi lầm khi đã xảy ra... Chúng ta có ăn năn đi nữa, thì chuyện cũng đã muộn rồi. Dưới đây tôi xin kể cho quý vị một đoạn truyện ngắn:

"Thuở xa, ở một đất nước nọ, làng xã...có một nhóm họa sĩ thường hay vẽ tranh thi thố tài năng với nhau, rồi đem đến làng xã khác mà khoe tài...Dần dần những sự kiện ấy xảy ra trong dân gian thành thông lệ. Qua mấy triều đại vua chúa nhưng chỉ ở nơi dân dã mà thôi. Cho nên chẳng có gì là nổi bậc về làng nghệ thuật hội họa cả, mãi về sau này có một hoàng tử trẻ vừa mới đăng quang, được chính thức lên ngôi vị hoàng đế.

Năm ấy vị vua trẻ này cũng muốn trổ tài của mình trước mặt bá quan văn võ. Nhân vào dịp đầu năm lễ hội rất nhiều, nảy sinh ra tư tưởng mới, bèn họp quần thần trong nước lại và tuyên bố rằng:

-"Năm nay, là năm đầu tiên "trẫm" đăng quang muốn tổ chức một buổi thi hội họa, tuyển tranh vẽ từ trong dân gian như vậy các khang có đồng ý hay không?

Có một vị đại thần liền bước ra trước nghị luận, giữa sân rồng quỳ xuống tâu rằng:

-"Bẩm, bệ hạ theo ý của thần, bệ hạ phải nói ra điều luật trước như thế nào, cho thật rõ ràng thì chúng thần mới theo đó mà tuân thủ.

-"Được, khanh hãy đứng dậy, ta có cách"

Vị vua trẻ tiếp tục nói:

-"Thứ nhất ta sẽ chia làm hai vế, một thuận phía tay phải của ta còn bên tay trái là nghịch. Các khanh có đồng ý hay không?

Tất cả chúng đại thần đều quỳ rạp xuống đồng thanh nói:

-"Hoàng thượng anh minh, chúng thần đồng ý.

Nhưng chưa bình yên ở đó, có một vị quan đại thần thuộc hạng "công hầu kỳ cựu" râu tóc bạc phơ liền bước ra, quỳ xuống trước nghị luận thưa rằng:

"Bẩm, hoàng thượng ý theo ý của hạ thần, cho rằng về hội họa những quan thần trong triều, không ai mấy ưa thích tranh ảnh vẽ vời nhố nhăn…miễn cưỡng mà làm cho có lệ, vậy bệ hạ nghĩ sao?

Hoàng Thượng trẻ tuổi, vẫn không bực tức mà vui vẻ nói rằng:

-"Được, việc đó dễ lắm trẫm có cách xử lý, ái khanh đừng lo cám ơn ngươi đã nhắc ta.

Bây giờ các khanh hãy chia làm ba hàng, bên phải thuận, bên trái chống và chính giữa làm trọng tài. Các khanh có đồng ý hay không? Lời vua nói ra không ai còn chống đối nữa.

-"Vâng, chúng thần đồng ý!"

-"Các khanh, tiến hành ngay lập tức, chỉ vài phút sau là đội hình của vua đề ra đã rõ ràng. Bên thuận cũng đông, mà bên chống cũng chẳng vừa. Cuối cùng bên không thuận, không chống, đứng vào hàng giữa nhìn lại chỉ có ba vị quan đại thần già nua mà thôi. Có nhiều vị quan đại thần sanh lòng đố ky không "tốt" cho lắm bèn kết tội ngay, cho là đám hoạn quan này là "kẻ" thiêu thân "nịnh bợ" làm "trò hề" cho vị vua trẻ mặc sức tung hoành trước mặt bá quan văn –võ. Nhưng ngược lại thì khác:

-"Vị vua trẻ vẫn đầy đủ "dũng khí" lèo lái triều cương liền lớn tiếng cười kha khả. Sau đó đó dõng dạc tuyên bố rằng:

-"Buổi nghị luận hôm nay chấm dứt, "bãi triều" riêng ba vị ái khanh đứng vào thế trọng tài thì hãy thay mặt trẫm nhận chiếu chỉ đi vào làng xã tuyển chọn, những bức tranh hội họa thật đặc sắc, từ dân gian mang về đây triển lãm trong ngày đầu Xuân, cho đại thần cùng bá quan văn- võ thưởng ngoạn tranh hội họa của dân gian. Sau đó, tranh nào đoạt giải nhất sẽ bội hậu và các khanh có công lo chu toàn công việc cũng không ngoại lệ rõ chưa?

-Bẩm, bệ hạ chúng hạ thần tuân lệnh. Nhưng chủ đề tranh của bệ hạ đưa ra là gì?

-À! Các khanh hỏi cũng hay đó, chủ đề tranh năm nay là "Bầu Trời - Bình Yên" kỳ hẹn cho các họa sĩ vẽ cấp tốc tuần trăng tới là phải nộp lên, ban giám khảo định đoạt, trước khi ra triển lãm các khanh có biết không?

-"Bẩm bệ hạ, chúng thần đã hiểu, tuân lệnh ngay".

-Bãi triều.

Đúng như hẹn, một buổi ra mắt tranh "hội họa nhân gian" tưng bừng trong hoàng cung, thật là náo nhiệt dân chúng đông đảo đến xem, nhưng không vào được bên trong vì an ninh, chỉ đợi chờ kết quả ngoài cổng thành. Ngược lại các quan trong triều, lúc đó quan đại thần nào mặt mày cũng đỏ ửng, phập phồng lo sợ luôn đưa tay lên rờ cái cổ mình của mình còn hay mất! Vì xưa nay các vị vua chưa từng tổ chức thi thố vẽ vời hay hội họa gì đó…! Trong sân rồng hôm nay các vị quan trọng thần rất là lo lắng…Riêng nhà vua trẻ tuổi thật là phấn khởi…Bố trí mọi việc đâu vào đó, hoàng đế trẻ bước ra dõng dạc tuyên bố. Tất cả tranh ảnh được mang về đây, thật nhiều trẫm nhờ ban giám khảo tuyển chọn. Sau đó còn lại bốn bức các vị giám khảo trình lên cho trẫm. Tiếp theo là mời các đại thần chọn ra một bức tranh có ý nghĩa đưa vào triều để làm vật kỷ niệm, trong ngày đăng quang của trẫm có được không?

-"Hoàng thượng anh minh, vạn vạn tuế, vạn vạn tuế…

-"Chúng thần tuân lệnh."

Sau vài giờ ban giám khảo làm việc chọn ra từ nghìn bức tranh khắp nơi mang về, các quan lớn, nhỏ ai nấy mồ hôi – mồ kê ướt đẫm cả áo. Cuối cùng chọn được bốn bức tranh vào vòng chung kết, nhưng chưa quyết định bức nào là giải nhất. Đành phải nhờ nhà vua quyết định, vua phán nói rằng:

-"Bức thứ nhất vẽ rất đẹp, thật bình yên không gì là chê trách cả, nhưng bị loại." vì không nói lên được điểm "nào" là đặc biệt cả.

-Bức thứ hai, chiến tranh giặc giã nổi lên, cũng chưa gọi là bình yên." loại ra.

-Bức thứ ba, sóng gió bão tố cuồng cuộn, chẳng có gì bình an cả." cũng vậy, loại ra luôn.

Còn bức cuối cùng, các quan đại thần, càng lúc càng lo lắng vì tranh đã đưa ra hết, nhà vua vẫn chưa chọn được bức nào cả. Dĩ chi như vậy là quan đi tuyển chọn chắc sẽ ra đoạn đầu đài "pháp trường" là chắc. Ai nấy cũng phập phồng lo sợ cho ba vị quan đó…! Nhưng đến bức tranh thứ tư thì khác, vua hớn hở vui vẻ và đắc ý nói rằng:

-Các khanh nghĩ sao về bức tranh này?"

Không ai dám hé môi nữa lời, chỉ hậm hực trong cổ, vì bức tranh cuối cùng này toàn cảnh hãi hùng kinh tởm, nào là giặc giã chiến loạn, ẩu đảo với nhau, sóng to gió lớn, bão tố tưng bừng biết đâu mà tìm ra điểm "an lành" mà chỉ cho nhà vua. Nếu phát biểu không xong là đầu rời khỏi cổ ngay lập tức. Trước bá quan văn võ không thể nào gọi là oan ức được. Nhưng vua trẻ này thì khác, vẫn đắc ý cười kha khả chọn bức này cho là giải nhất.

-"Các khanh có đồng ý không?"

Chẳng ai, dám lên tiếng cả, vì nói ra thì phải ra giải thích, giữa cảnh náo loạn như thế, mà nhà vua cho là bình an thật là vô lý, vô cùng, vô tận không thể nào là "bình yên" được, vậy mà nhà vua nhìn ra được. Phải chăng ngài có con mắt 'tuệ nhãn' chăng! Đúng là bậc thiên tử, chẳng quan binh nào dám "anh hùng" đứng ra chịu chết một mình cả. Nếu có chết thì chết chung cả đám quan quân luôn một lúc…Chớ cá nhân không vị quan đại thần nào dám "can đảm" đứng đầu chịu "sào" giải thích chi tiết bức tranh này. Thấy vậy, nhà vua cười kha khả thật đắc chí mà phán rằng:

-"Đây chỉ là nghệ thuật hội họa giải trí chơi, thử tài nghệ của các ái khanh mà thôi! Chớ "trẫm" có giết chém "bắt tội" các ngươi đâu mà sợ hãi đến thế! Nếu các ngươi không tìm ra chỗ an lành- bình yên trên bầu trời này. Thì hãy lại đây xem, trẫm sẽ chỉ rõ từng điểm mà các ái khanh của ta phải sáng suốt nhìn cho thật kỹ, trước khi phán quyết mọi vấn đề, nhất là trong chủ đề tranh hội họa đặc thù có nét đẹp riêng trong dân gian là đây…" Đó là "bầu trời - bình yên".

Sau đó các vị quan đại thần trong triều vây quanh nhà vua trố mắt nhìn thật kỹ. Vua từ từ dẫn giảng, này các khanh có thấy không? Trong chiến tranh khói lửa, trong bão tố, sấm chớp cũng còn có chỗ cho mình trú thân. Chớ không phải hết chỗ đâu mà lo sợ. Phải không các vị ái khanh của ta?

-"Vua nói lớn và chỉ vào bức tranh cho các quan đại thần thấy, đây là chỗ: Hai con chim nhỏ ẩn núp sau tàng cây lớn, chúng vẫn vui vẻ tung tăng mà sống, "chiến tranh thì mặc chiến tranh", bão tố cũng vậy…Thôi thì mình là "chim con" phải tìm chỗ an toàn mà ẩn nấp, chớ đương đầu ra thì phải mất mạng như chơi, còn chỗ đâu để sống. Đây không phải là lúc "anh hùng" ra mặt, phải biết (tùy lúc, tùy thời). Anh hùng không đúng chỗ cũng chỉ là một cái thây ma mà thôi. Các ái khanh có thấy rõ không? Tác giả ngụ ý hai "con chim nhỏ" vẫn sống bình an trong trận địa đầy máu lửa, gươm đao mà các quan đại thần không nhìn ra hả? Thật là "tội" một đời làm quan chẳng biết thế sự ra sao, huống hồ giao vận mạng đất nước này cho các người lèo lái. Thật là một đám quan "hỗn độn" đắm chìm trong bã lợi danh, tình tài, sắc dục, tình ái lăng nhăng…quốc gia đại sự chẳng biết đâu mà rờ. Quan nào, quan nấy cũng đều may túi riêng mà đựng châu báu vàng ngọc của dân chúng…!

Trẫm thật là thất vọng vô cùng, bao năm chinh chiến mà các đại thần còn phiêu bồng trên mây, trên mưa chưa định hồn sao hả? Nhưng các quan đại thần không ai lên tiếng cả, chỉ cúi đầu gục mặt xuống đất mà thôi.

Thấy vậy, nhà vua không hỏi thêm lần nữa, liền tuyên bố bức tranh thứ tư này, là giải nhất các vị có đồng ý không? Ai chống thì bước ra, nhưng phải giải thích rõ ràng, nêu ra lý do cụ thể. Trẫm hứa sẽ không buộc tội các ái khanh đâu!

Giây phút chùng xuống như không gian ngừng lại, tiếng gió vẫn rì rào, mây vẫn trôi lơ lửng trên bầu trời bình yên. Cuối cùng không ai phản đối điều gì cả, bức tranh đó được công nhận, vua đặt tên cho tác phẩm ấy là: "Bầu trời - bình yên" tràng pháo tay dài của các quan đại thần nổ tung lên liên hồi…!

-"Hoàng đế anh minh, hoàng đế vạn tuế, vạn tuế…vạn tuế. Bức tranh đó có ý nghĩa lắm, bệ hạ ơi!!!"

Cuộc triển lãm hôm đó, kết thúc sau buổi tiệc linh đình do nhà vua khoản đãi. Các quan đại thần hỷ hê một buổi yến tiệc, ai nấy cũng thở phào nhẹ nhõm và rờ lên cổ thấy "nó" vẫn còn nguyên. Đúng là vị vua tinh nghịch, dùng hội họa mà xử trí làm cho các quan đại thần, chết hụt một phen!

Tóm lại, bài viết này tôi chỉ diễn bày ra đây thôi, tùy quý vị định đoạt, tôi chỉ khuyên "tâm bình thì thế giới bình" Chúng ta luôn luôn sống với nhau an hòa là tốt rồi. Còn việc gì cũng nên tìm cho ra chân tướng cội nguồn chớ vội kết tội cho bất cứ một ai. Mong lắm thay!!!

Florida ngày 29/12/2019

Nhuận Hùng

HỒI CHUÔNG - CẢNH TỈNH

Nói đến chuông là ai ai cũng hiểu ngay, đó là vật được đúc ra từ đồng, từ ngàn xưa đã có mặt "chúng" rồi. Nhưng nói cho cùng, cũng có nhiều loại chuông đã được mọi người phân loại như: Chuông chùa, chuông nhà thờ, chuông đồng hồ, (Alarm) chuông báo động, chuông xe đạp v.v…Tùy theo loại lớn nhỏ mà phân biệt, cho từng mỗi công việc cần thiết…Phân tích về chuông trong phạm vi này, người viết chỉ muốn diễn bày về tiếng chuông cảnh tỉnh, theo cách nhìn khách quan phóng thoáng, không câu kệ tiểu tiết về chuông.

Những ngày đầu Xuân Canh Tý, khí trời còn lành lạnh, dư âm mùa Xuân vẫn còn quanh quẩn trong phố xá của người Á Châu. Tôi có dịp đi viếng cảnh quanh vùng Nam Cali cùng người quen. Từ leo lên núi cao đứng trên những tảng đá lớn, khí thở khí trời trong lành, cho tới xuống tận bãi biển xanh thăm thẳm, được mệnh danh là thiên đàng nắng ấm, của "vùng đất hứa" "nó" đã thu hút không biết bao nhiêu du khách từ khắp nơi đến để viếng cảnh…Nhưng năm nay chẳng mang lại "chiến tích" gì cả! Mà còn gặp vận xấu nên rơi vào nạn đại dịch "corona virus" tại China "Vũ Hán" thật là khổ cho các du khách, từ phương xa đến. Có nhiều người cũng phải hoãn lại chuyến bay chờ đợi dịp khác…Các hãng máy bay cũng phải "điên đầu" trước sự thất thu đành lòng lên chương trình đình chỉ. Bởi thế, tôi đi đến đâu chỉ toàn thấy là cảnh yên tĩnh chẳng có ai cả, đúng là con người tu có phải, chỉ biết tìm đến nơi nào thật là vắng lặng…! Nhưng có một hôm tôi đến viếng cảnh ở bờ biển Long Beach gần khu quân sự... Thoạt đầu, tôi thấy trên ngọn đồi thon thỏi, cảnh trí chung quanh rất thoáng mát, những thảm cỏ xanh tươi rượi, phía trước lối vào, ngôi nhà hướng mặt ra biển có hai trụ cờ, một cờ Hoa Kỳ và trụ kia là cờ Hàn Quốc đang hiên ngang trên nền trời xanh thắm, để chứng tỏ đồng minh sát cánh bên nhau. Kế đồi đó tôi nhìn thấy chiếc chuông to nằm trong lầu chuông trông thật trang nghiêm.

Tuy nơi đây không phải là chùa nhưng giữa khu đồi rất xinh xắn hướng ra biển xanh bát ngát, cảnh trí tuy đơn sơ nhưng toát ra sự yên tĩnh trông giống như thiền môn, mà thiền sinh đang tìm đến đó để tu tập. Thỉnh thoảng cũng có vài người khách ngoại quốc đi quanh viếng cảnh và tháp chuông. Còn có người mang cả thức ăn và gia đình đến đó nghỉ mát, và ngắm cảnh trông thật thú vị. Tháp chuông này kiến trúc theo lối Triều Tiên " Đại Hàn" cổ đại nên mầu sắc tuy sặc sỡ nhưng cũng có vẻ thiền vị thoát tục. Lòng tôi chùng hẳn lại, khi bước đến những nơi nhưng thế này. Những ý tưởng ngày xưa liền khơi lại, khiến tôi nhớ lại ngày đầu tiên bước đến chùa, sư phụ dạy bài học đầu tiên là phải thuộc kệ "thỉnh chuông" rồi sau đó chỉ tôi cách đánh, nói nôm na là "thỉnh" (chuông) Đại Hồng Chuông, cho đúng nghĩa trong chùa thường hay nói đến. Nói đến chuông Đại Hồng Chung là loại chuông lớn của chùa. Tùy theo chùa lớn, nhỏ mà tạo dựng chuông Đại Hồng Chung, cho hợp với không gian của chùa…Ngoài chuông lớn còn có trống lớn nữa, đó gọi là pháp khí trong chùa…Tôi còn nhớ như sau: (Kệ thỉnh chuông)

"Nguyện thử chung thanh siêu pháp giới
Thiết vi u ám tất giai văn.
Văn trần thanh tịnh chứng viên thông
Nhất thiết chúng sinh thành chính giác.
Văn chung thanh phiền não khinh
Trí tuệ trưởng Bồ Đề sinh,
Ly Địa ngục xuất hỏa khanh
Nguyện thành Phật độ chúng sanh,.."
Án già ra đế, gia ta bà ha (3 lần)

"-Hồng chung sơ khấu, Bảo kệ cao âm, Thượng thông thiên đường, Hạ triệt địa phủ.

Nam Mô U Minh Giáo Chủ, Cứu Khổ Bổn Tôn, Cứu Bạt Minh Đồ, Đại Nguyện Địa Tạng Vương Bồ Tát Ma Ha Tát.

-Hồng chung Nhị khấu, Bảo kệ cao âm, Thượng thông thiên đường, Hạ triệt địa phủ.

-Hồng chung Tam khấu, Bảo kệ cao âm, Thượng thông thiên đường, Hạ triệt địa phủ."

Nghĩa:
(Nguyện tiếng chuông nầy ngân khắp cõi / Thiết-vi ngục tối thảy xa nghe
Cõi trần trong sạch đều thông suốt / Giác ngộ sanh linh cả mọi loài.

Nghe chuông, phiền não nhẹ lâng lâng / Bồ đề lớn thêm, Tuệ sáng ngần

Xa rời Địa-ngục, qua hầm lửa / Nguyện thành chư Phật, độ chúng sanh.)

Án già ra đế, gia ta bà ha (3 lần)

Nhắc lại, Đại Hồng Chung được mệnh danh chuông lớn hay còn gọi là chuông U minh, chuông này thường được đánh vào những lúc đầu hôm (5 hoặc 6 giờ chiều) và canh khuya (4 giờ sáng). Thỉnh chuông vào lúc đầu hôm là để thức tỉnh và nhắc nhở mọi người rằng:

"Vô thường mau chóng, chẳng hẹn một ai, khi hơi thở ra, mà không quay về lại được là qua đời khác".

Còn đánh vào lúc canh khuya, gần sáng là để sách tấn mọi người mau mau tu tập, đoạn trừ mọi phiền não cấu uế của tự tâm, gạn lọc (tham, sân và si) là thứ gây ra tội lỗi, trói buộc trong vòng sinh tử luân hồi. Lối đánh chuông này, thường là 108 tiếng, ý nghĩa biểu trưng cho 108 thứ phiền não của chúng sinh, khi chuông đánh lên thì 108 thứ phiền não này đều bị rơi rụng, trí tuệ phát sinh, căn lành tăng trưởng, đạt được sự giải thoát giác ngộ trong tương lai. Đại Hồng Chuông còn được đánh vào những buổi lễ lớn để thỉnh chư Phật - chư Bồ Tát…cùng chung với trống lớn ở chùa cho nên gọi là Chuông Trống Bát Nhã. Hoặc là khi có những buổi lễ lớn quan trọng của chùa thì mới dùng đến…!

Bảo chúng chung hay còn gọi là Tăng đường chung, tức là loại chuông này dùng để báo tin trong lúc nhóm họp Đại chúng, thọ trai hoặc khi lên khóa lễ hay kiền chùy v.v... trong các chùa và am tự viện thường dùng đến.

Gia trì chung là loại chuông dùng để đánh trong trường hợp đầu bài hoặc cuối bài những câu kinh hay câu sám, hoặc cũng có lúc xuống dòng của đoạn hay của câu, và còn ra hiệu cho biết khi bắt đầu hoặc chấm dứt buổi lễ. Đồng thời cũng là để điều hoà cho người tụng kinh, lễ Phật được nhịp nhàng đều đặn, hướng người tụng vào một con đường duy nhất là Chí Tâm, còn gọi là chuông gia trì, thường để phía trước bàn Phật.

Nói đến tiếng chuông, ngoài trừ chuông chùa ra chúng ta còn có nhiều loại chuông khác nữa. Nhưng ở đây trong phạm vi bài này không thể diễn đạt cho hết được. Tôi chỉ đơn cử vài khía cạnh về chuông, với cảm nhận của riêng tôi tiếng chuông cảnh tỉnh trong bài này chỉ là lòng mong mỏi của tôi, cũng nhưng mọi người. Bởi đời sống thực tại hiện bây giờ, đang trên đà phát triển đi quá nhanh hơn mình tưởng.

Quý vị, hãy thử nghĩ lại cách nay thời gian gần nhất là hai mươi năm. Mọi vật vẫn còn trong giai đoạn bình thường từ từ tiến hóa. Thế mà, quay ngoải chỉ trong chớp mắt hai mươi năm qua, trong hai mươi năm đó thay đổi, đổi thay biết bao nhiêu công việc. Nhất là thời đại khoa học kỹ thuật lên cao, cộng thêm nạn nhân mãn. Thống kê con số dân cư càng lúc càng tăng vọt, đời sống hẳn nhiên phải vất vả thêm ra. Nhưng nói thế, con người không thể dặm chân tại chỗ, phải chạy theo trào lưu, nghĩa là lao vào vòng xoáy của cuộc đời. Không ngoài vật chất, sinh nhai như ngày xưa, mà còn thực phẩm hằng ngày cũng bị con người điều khiển, từ sự phát triển cho đến thành phẩm phải cho ra số nhiều và ngắn hạn, mới có đủ số lượng lớn cung cấp cho mọi người tiêu thụ.

Phải chăng, đó có phải là ưu tư trong cuộc sống không? Nếu chúng ta sống mà nương vào hóa chất nhiều thì sức khỏe của con người sẽ ra sao? Nhất là nạn dịch "Corora virus" đang hoành hành khắp mọi nơi, chúng ta ai ai, cũng biết. Chẳng hạn một khi đại dịch đã đến, thì chúng ta phải làm gì đây ??? Quý vị, cần ý thức cho cuộc sống trước cái đã, nên tự chăm sóc bản thân, cùng con cháu và người thân… Việc gì đến rồi sẽ đến, nhưng tâm chúng ta mãi mãi vẫn còn chưa yên được. Bởi xã hội này còn đang gặp nhiều tai ách…! Ta không lường trước được.

Vậy hãy nghe tiếng chuông để cho lòng lắng đọng lại, bớt đi những "tham –sân- si- mạn- nghi- ác –kiến." Có như thế, thì cuộc sống bớt đi phiền não. Phiền não nhiều thì dễ sinh ra bệnh hoạn. Bệnh hoạn thì sẽ ra sao? Nếu không đến chùa được, hằng ngày chúng ta cũng cố gắng tạo cho mình có một không gian yên tĩnh, ít nhất cũng dành cho được nửa giờ đồng hồ, nếu được nhiều càng tốt. Chúng ta nên tập ngồi xếp bằng, tư thế ngồi thiền, (theo kiểu quý thầy - quý sư cô) ngay thẳng trong phòng khách hay nơi nào đó thuận lợi, không suy nghĩ việc gì cả, chỉ hít vào và thở ra theo dõi hơi thở trong thời gian rất ngắn, nếu được từ từ gia hạn thêm. Thỉnh thoảng đánh một tiếng chuông nhỏ, rồi sau đó tập trung nghe theo tiếng chuông. Nếu làm được như thế, thời gian sau chúng ta sẽ cảm nhận được gì? Câu trả lời dành cho quý vị!!!

Đứng trên phương diện, nhân sinh theo tôi nghĩ nếu đem tiếng chuông thức tỉnh lòng người mà viết ra, rất là dài dòng, nên dành vào dịp khác. Theo tôi được biết, từ ngày xưa tiếng chuông mà đã không biết bao nhiêu nhân văn, thi sĩ thường hay nhắc đến: "Phong Kiều Dạ Bạc" (thơ - Trương Kế)

"Nguyệt lạc ô đề sương mãn thiên
Giang phong ngư hỏa đối sầu miên
Cô Tô thành ngoại Hàn Sơn Tự
Dạ bán chung thanh đáo khách thuyền".

Dịch nghĩa:

Trăng lặn, quạ kêu, sương phủ đầy trời
Trong giấc mơ buồn có cây phong ở bến sông và ngọn lửa thuyền chài
Chùa Hàn San ở ngoại thành Cô Tô
Nửa đêm khách đi thuyền tới nghe thấy tiếng chuông chùa ngân vang

Dịch thơ:
Quạ kêu, trăng lặn, sương rơi
Lửa chài, cây bãi, đối người nằm co
Con thuyền đậu bến Cô Tô

VÒNG XOÁY CUỘC ĐỜI

Nửa đêm nghe tiếng chuông chùa Hàn San
  (Bản dịch: Tản Đà)

"Trích theo cuốn *Thơ Đường* của Trần Trọng San có ghi lại có một truyền thuyết khá lãng mạn về bài này. Một đêm trăng, sư cụ trụ trì chùa Hàn San, cảm hứng nghĩ ra hai câu thơ:

Sơ tam sơ tứ nguyệt mông lung
Bán tự ngân câu bán tự cung

Thao thức mãi trong phòng mà sư cụ không nghĩ ra hai câu tiếp. Tự nhiên có tiếng gõ cửa. Thì ra là chú tiểu cũng trằn trọc vì 2 câu thơ mình mới nghĩ ra:

Nhất phiến ngọc hồ phân lưỡng đoạn
Bán trầm thuỷ để bán phù không

Nhưng cũng không làm tiếp được và xin thầy giúp. Nghe xong, sư cụ mừng quá, quỳ xuống tạ Phật. Vì quả thật 2 câu thơ của chú tiểu ăn khớp với 2 câu của sư cụ, thành bài tứ tuyệt mà Trần Trọng San đã dịch như sau:

Mồng ba, mồng bốn, trăng mờ
Nửa dường móc bạc nửa như cung trời
Một bình ngọc trắng chia hai
Nửa chìm đáy nước nửa cài từng không

Làm xong bài thơ này lúc nửa đêm, sư cụ bảo chú tiểu đánh chuông tạ ơn Phật. Tình cờ đêm hôm đó trên thuyền, thi sĩ Trương Kế cũng không ngủ được vì không nghĩ được câu tiếp cho hai câu "Nguyệt lạc ô đề..." Tự nhiên chuông chùa Hàn San đổ đến, gợi hứng cho thi nhân hoàn tất bài *Phong kiều dạ bạc* "...Dạ bán chung thanh đáo khách thuyền..."

Còn chùa Hàn San là một ngôi chùa hẻo lánh ngoài thành Ngô

Huyện thuộc tỉnh Giang Tô. Xung quanh bát ngát rừng mai, phía sau dòng sông xanh ngắt lững lờ uốn khúc, giữa hai dãy núi sừng sững vươn mình trong làn mây trắng xoá. Chùa ở bên cầu có cây phong nên gọi là Phong Kiều. Trên sông đêm có ánh lửa chài. Bài thơ của Tần Thục đời Tống có câu: "Ô đề nguyệt lạc kiều biên tự" (Quạ kêu trăng xế chùa bên cầu) và thơ Khang Hữu Vi đời Thanh, có câu "Lãnh tận Hàn San cố tự phong" (Lạnh đến cả cây phong bên chùa cổ Hàn San) đều nói rõ chùa Hàn San bên cầu có cây phong. Như vậy, Giang phong và Ngư hoả trong bài thơ trên vẫn là cây bên sông và lửa chài, chứ không phải là tên 2 quả núi Giang Phong và Ngư Hoả như một vài giả thuyết đã nói."

Câu chuyện, nói về tiếng chuông rất là dài, cho nên tôi chỉ nhắc thêm một việc nữa là, ngày xưa tiếng chuông, tiếng trống cũng là khí cụ thúc quân ra chiến trường mỗi khi có giặc đến hay là trong những buôn làng hẻo lánh núi non trùng điệp, dùng tiếng chuông để báo động, khi có thú dữ tìm đến quấy phá dân lành. Thật vậy, tiếng chuông cũng có công hiệu đến với mọi người…!

Tóm lại, bài viết này nói lên "Hồi Chuông Cảnh Tỉnh" cũng là tiếng lòng của ai đó, cũng có thể gióng lên tiếng nói của tự tâm mình. Bênh vực cho một ai đó bị bất công hay là cho một đoàn thể hoặc là tiếng nói ra tranh cử trước bao công chúng để đem tự do – dân chủ - nhân quyền cho Việt Nam. Hồi chuông đó cũng là hồi chuông cảnh báo cho sự sống còn do nạn dịch "**corona virus**" Còn báo hiệu "**đỏ**" cho thế giới biết sức tàn phá của nạn "**đại dịch xảy là khiếp đảm như thế nào**?"

Có phải chăng bàn tay ai đó, thừa nước đục thả câu, mà chế ra vũ khí sinh học giết hại người dân vô tội, tôi cảm nghĩ như thế, cho nên chúng ta ra sức giúp cho những người gặp hoạn nạn. Cũng là công việc nhắc nhở chính bản thân chúng ta cần phải thận trọng trong cuộc sống, giao tiếp hằng ngày và giữ vệ sinh cho thật tốt. Hồi chuông ấy 'nó' còn báo hiệu cho mọi người tìm về với sự an lành, sau khi cuộc đời trải qua bao thăng trầm.

Nó cũng có thể gióng lên hồi cảnh cáo những ai còn mê muội đắm chìm trong cõi dục vọng trần lao hay đắm chìm trong cõi vô minh. Hãy mau thức tỉnh về với Phật đà hồi tâm chuyển ý không còn bụi trần đen đủi lấm đầy. Hỡi! Những ai đã lầm đường mù quáng không biết lối về, hãy nghe tiếng Chuông Đại Hồng mà thức tỉnh quay về bến giác. Nhất là đảng Cộng Sản thế giới hãy ý thức cuộc sống cho dân chúng đừng làm những việc trái lương tâm, đi ngược lòng dân sẽ bị bánh xe lịch sử nghiền nát. Nên ý thức trước trào lưu tiến hóa của xã hội.

Mong sao nạn dịch "Corona virus' sớm ngừng phát triển, để mọi người kịp thời có biện pháp khống chế, không cho "đại dịch hoàn cầu" chúng phát sinh nữa. Mong sao mọi người trên thế giới này sẽ có cuộc sống an lành, tươi mát nơi không khí trong lành, ấm êm. Mong lắm thay!!!

Ngày Đại Dịch Corona – khởi đầu.
California, ngày 25-2-2020

Nhuận Hùng

ĐÒ CHIỀU - LỠ CHUYẾN
(XE - METRO)

"Con nước lên chưa sao chuyến đò chiều nay vắng ai
Chuyến đò chiều nay còn neo bến nhớ thương hoài
Chiều buồn ngồi trông về trên bến vắng xa mờ
Con nước xô bờ theo tiếng hò ai thẫn thờ

Cơn gió mơn mang cho chuyến đò chiều mong nhớ ai
Bóng chiều dần phai còn vương chút nắng thôn dài
Nhịp chèo ngày xưa còn đâu đó lối đi về
Ai nỡ quên thề, quên mối tình nghèo nhà quê...

Chiều nay gió đưa bụi chuối sau hè, lũy tre xanh đầu làng than trách ai, vì ai phụ tình, ai gian dối lòng mình, vì ai phụ tình cho ai lỡ cuộc tình. Con nước lên chưa cho chuyến đò chiều nay tiễn đưa, tiễn một người đi về theo bến mới trong đời, đò chiều ngày xưa giờ đây chiếc bóng bên trời thôi lỡ duyên rồi sao nỡ buồn chuyện tình ơi!" (Lỡ Chuyến Đò Chiều)
Tác giả, Trần Vũ Anh Bình

Đúng vậy, tác giả Anh Bình đã diễn tả lại những dòng thơ gói trọn mối tình đơn phương của những năm tháng xa xưa ở tận phương trời xa xôi, mãi tận quê hương đất Việt. Thế mà ở mãi bên trời Tây, cũng có người lỡ chuyến tàu (metro) sao trùng hợp thế, phải chăng đây có phải là duyên kiếp hẹn hò nào đó chăng? Chỉ có người trong cuộc mới hiểu được, quãng đời dài trôi qua, quãng đời còn lại cũng đã xế chiều rồi mà tâm tư người ấy vẫn còn vấn vương như thế! Tình đời ơi! Là tình đời!!! Bởi thế, thời gian cũng có lúc phải ngừng lại, quay về dĩ vãng để cho hồn ai, thương ai – nhớ ai, thương thương – nhớ nhớ, đó là vòng luẩn quẩn của thế thái nhân tình đó, bạn ạ !

Nói như thế, là nói đến duyên phận bẽ bàng nhưng theo lẽ thường tình, thì đời cũng chỉ là một giấc mộng vàng lênh đênh phiêu bồng, theo tháng ngày tiêu dao hay chỉ là giấc mơ bình thường, hoặc giả là màn kịch trên sân khấu mà thôi! Tình đời lắm lúc, cũng như những chuyến xe, người lên, người xuống, người về, người đi. Lúc hội ngộ, lúc phân ly, nụ cười, tiếng khóc, có khi lặng buồn, có khi buồn tẻ…Ôi! Đời là thế đó, đã là con người sống trong cõi Ta Bà này lẽ dĩ nhiên tuần hoàn vũ trụ, tạo hóa đổi thay - thay đổi không sao diễn bày cho bằng được.

Chúng ta, tạm ngưng giây phút trong công việc để hồi tưởng lại…. Cuộc đời có lúc là cánh én, lượn bay tạo dệt những mùa Xuân. Cuộc đời có khi là bão táp, dập vùi bao mộng đẹp trắng ngần…Cho dù, cuộc đời có ra sao? Thì những chiếc xe chiều lần lượt đi qua, để lại cho kẻ lỡ chuyến đò chiều, nhiều kỷ niệm…đó chỉ là một thoáng qua trong cuộc đời. Lắm lúc "nó' cũng là dấu ấn, khắc ghi cho "ai đó" tha phương nơi xứ người rồi đó nhỉ? Thời gian nào đi qua là thời gian ấy đã trở thành quá khứ…Đó bạn ạ! Ai đó cũng biết, "quá khứ đi qua, tương lai chưa tới, hiện tại là đây…" nhưng lắm lúc cuộc sống cơm, áo, gạo, tiền, bon ba nơi xứ người. Cuộc sống là chính yếu, những kỷ niệm vu vơ có đáng gì chăng? Nhưng thời gian qua chúng ta sẽ thấy ngay…"Lá thu vàng nhẹ bay, sức khỏe yếu dần đi, bất như ý đến gần, rơi rụng tuổi thanh xuân, hãy tỉnh giác tìm về, nơi chốn thật bình yên, xả ly mọi ái chấp, để hơi thở nhẹ nhàng. Tâm ý dần tịnh hóa, thăng hoa thanh tịnh hạnh, tịnh lạc giữa trần gian." Ôi thôi! Trần gian cũng là ảo ảnh vô hình, chúng ta không ý thức tỉnh tâm mà cứ lao vào, vòng xoáy của cuộc đời, thì biết đến bao giờ thoát ra được…!

Chuyến đò chiều, cũng nói lên cho chúng ta biết cuộc đời rất ngắn ngủi, buổi sáng thì thời gian còn dài đôi chút, khi ánh bình minh ló dạng vạn vật như đón chào ngày mới, từ chú chim non líu lo trên cành, ánh sáng long lanh chiếu xuyên qua khe lá, cảnh vật xanh tươi nở rộ, mọi người đua nhau trên khắp nẻo đường, trên con đường nào là danh – nào là lợi – là tài, nào là ngũ dục trần gian...ai ai cũng có cuộc sống riêng, nghề nghiệp tuy có khác nhau. Nhưng khi bóng ngã về chiều cũng là lúc tìm về với nhau, như những chuyến xe chiều ngang dọc, chuyên chở bao tâm hồn chan chứa tình người, từ nam phụ, lão ấu trên chuyến đò (metro) nhiều toa, kẻ lên người xuống tấp nập… Nếu nhìn kỹ chúng ta, cũng thấy được sự vội vã của những con người này vội vội, vàng vàng trên chuyến xe đò chiều. Tâm trạng như nhau, sau nhiều giờ lao động, dù là kẻ trí hay người lao tác cũng có một điểm chung là quay về với tổ ấm, gia đình đang trông đợi buổi cơm chiều xoay quần với người thân!

Đứng trên phương diện, nhân sinh mà nói một cách bình dân, thì những hình ảnh thân thương trên chuyến xe đò chiều. Thật là một bức tranh quá tuyệt vời, được lập đi, lập lại theo thời gian và năm tháng, mãi mãi như thế. Cho đến bao giờ ngưng lại được, nhưng "nó" lại gói trọn, thứ tình bao la…không thể diễn tả được…!

Ai mà đã lỡ chuyến đò chiều, cũng là kẻ có nhiều ưu tư gì đó…Nhưng đã là con người, thì những tâm trạng (hỷ - nộ- ái- ố) đều có trong tâm khảm của mọi người. Kẻ thì thổ lộ, người thì gói trọn trong lòng, đó chẳng qua là con người luôn luôn có cảm xúc giữa con người với con người. Thế giới, bây giờ rơi vào thời đại 4.0 của (internet) cho nên mọi việc cập nhật rất là nhanh chóng nạn "virus corona" mới bước vào giai đoạn đầu, thế mà cả thế giới đang báo động "đỏ" rồi. Bởi thế, còn việc gì sẽ xảy ra nữa đây? Ai có thể đoán trước được, ngày mai trái đất này "nó" sẽ đi về đâu? (tai nạn, dịch bệnh…hay chiến tranh hoặc những biến cố gì sẽ xảy ra nữa không?) hỡi ác bạn!!! Có biết chăng? Thế giới "hiện đại" hay hại điện, là gì nhỉ ?

Nói một cách ngắn gọn, theo giáo lý Phật đà, "sanh tử - đại sự" hay là "có sanh - ắt có tử" định luật của vô thường là thế đó! Bởi chúng sinh, tâm quá ích kỷ chỉ muốn sống mãi mãi trên thế gian này để hưởng thụ đủ mọi vật chất trong đời này, chớ có mấy ai biết sống đủ "tri túc' theo lối sống của những bậc xuất thế gian, có nghĩa là những người đã quy y Tăng y Tam Bảo làm Sa Môn sống kham khổ, tuân thủ phạm hạnh chân chính noi theo con đường giải thoát của đức Thế Tôn đúng nghĩa...! Nhắc đến giáo lý Phật đà là chúng ta, sẽ cho là những người này thụ động, không biết tiến thân chỉ luôn luôn đưa ra những triết lý bi quan, ếm thế, khước từ mọi hình thức khoa học tân tiến của thế gian...!

Chuyến đò chiều gói trọn tâm hồn những ai đó, rảo bước trên muôn lối, hương nồng thắm tô một cõi đi về, gió lạ thổi vào hồn lữ thứ, hồi chuông cảnh tỉnh vang lên tịch mịch. Kẻ tha phương, lặng nghe thấp thoảng như cay cay, đắng đắng tâm hồn viễn xứ, rồi mai nhẹ bước cõi vô thường. Ai đó đã mang theo bao kỷ niệm của ngày xưa đâu còn nhỉ !!!

Tóm lại, tôi xin mượn dòng thơ dưới đây để kết thúc bài viết:

"Nơi bến cũ đò chiều xao xuyến
Biển xanh, xanh biên biếc mơ hồ
Những tia nắng đồi Tây chiêu cảm
Lời kinh đêm vọng tiếng Nam Mô

Trăng trường mộng như người thi sĩ
Đời kinh qua thời thế hãi hùng
Thực tướng ấy cơ đồ sóng biển
Sang sông rồi tự tại ung dung".
    (thơ Thanh Trí Cao)

Chuyến xe đò chiều, đã lỡ cũng có thể nói lên nỗi niềm, sau bao tháng ngày thăng trầm của cuộc đời, cũng là nỗi niềm riêng của ai đó, nhưng đời là thế đó...! Cố gắng và cố gắng hơn nữa để vượt thoát qua khỏi bể ải trầm luân là đủ rồi....!

"Quê hương khuất bóng hoàng hôn
Trên sông khói sóng cho buồn lòng ai."
(thơ Tản Đà – Nguyễn Khắc Hiếu)

Còn những việc khác thì tính sau, nhưng tôi cầu mong đại dịch mau trôi qua để mọi người, hưởng không khí an lành, ra đường không còn mang khẩu trang đen, trông giống như người Ả Rập thật khổ thân...! Mong lắm thay! An lành chóng đến với mọi người trên trần gian này!!!

Chiều Mồng Tám Tết - Năm Canh Tý – 2020
Tại LA đang ngồi chờ chuyến xe (metro) chiều.

Nhuận Hùng

AN TRONG - BẤT AN
(Covid – 19)

Theo sự chuyển hóa của vũ trụ, địa cầu vẫn xoay tròn nhịp nhàng vòng quanh như thế và như thế đã bao nhiêu năm rồi. Tính theo thời gian và không gian khoa học vẫn chưa tìm hiểu và xác định rõ được tuổi của trái đất này cho chính xác. Nhưng nói cho cùng, chúng ta tạm lấy móc thời gian mà tính, nghĩa là từ sau công nguyên lấy móc tính theo (Tây lịch) gần nhất, có phải năm nay là vừa tròn 2020 không nhỉ? Vâng - phải.

Hằng năm theo phong tụ của các nước Á châu thời phong kiến, chúng ta, ai ai cũng hiểu…! Nhưng nay sống ở Hoa Kỳ thì khác, thời đại điện tử, nhưng khi nhắc đến T.T của Hoa Kỳ.
Năm năm có khác hơn mọi năm, là vì nạn đại dịch. Nên T.T đại cường quốc phải quan tâm đến dân chúng:

Đầu năm – (âm lịch….!) Bầu trời trong xanh, gió mát…Bệ hạ ra trước bệ rồng chúc Tết quần thần…!
Tiếng hô thật to !!!

-Bệ hạ giá lâm! Bệ hạ giá lâm…!!! (Chiên trống nổi lên…)
(Dứt chiên trống, tiếng hô vang cả góc trời….!)

Vạn vạn …tuế…vạn vạn tuế….!!!
(Nhưng ở đây T.T Hoa Kỳ chỉ có tại vị được 4 năm, rồi sau ra tranh cử lại) Nếu thắng phiếu tiếp tục làm T.T. (Không như vua

chúa như thời xa xưa, theo lối cha truyền con nối.)

-Các ái khanh hãy bình thân.

-Bệ hạ, nói tiếp. (T.T cường quốc lại hỏi?)
"Năm nay, trẫm thấy, trăm hoa đua nở trong mùa Xuân là việc tốt trên đất nước đại cường quốc của ta, tại sao lại có đại dịch (Corona virus) xảy ra trên đất của trẫm, hỡi các ái khanh?"

-Bẩm bệ hạ, do ả China mang đại dịch đến đây…!

(Ả là nàng Xuân China đến Hoa Kỳ ăn Tết (âm lịch) nhằm lúc hoa nở rộ, lại là trăm hoa đua nhau khoe sắc phấn hoa cũng từ đó phun ra, khiến cho dân chúng của bệ hạ bị dị ứng, nên sinh ra bệnh khó thở, ho hen viêm buồng phổi... cũng tại vì hoa, lại thêm khí trời lành lạnh. Ả thả vi trùng vào không khí "corona virus" của (China Wu Han) từ đó có dịp hoành hành khắp nơi...tuy ả Xuân diễm kiều "ấy" ả đã đi rồi nhưng dư âm vẫn còn dính líu đến bệnh tật…lây cho nhiều người…!)

-Hãy triệt để thi hành theo lệnh của trẫm...!

-Bẩm bệ hạ! Chúng thần tuân lệnh ngay…!

(……..Bãi triều…..!)

Mọi quan chức trong triều đình được điều động ra ngay để điều tra gấp sự việc. Ai là thủ phạm (Corona virus) hay còn gọi là (Covid -19.) Từ đó công việc điều tra tiến hành liên tục và ngành y tế cũng gấp rút tìm cho ra phương thuốc chống nạn đại dịch đang lan tràn khắp nơi trên hoàn cầu. Ngân khố xuất quỹ in tiền ra phát cho dân chúng…! Nạn dịch chưa biết đến ngày nào chấm dứt…!

Nghiệt ngã thay! Ả Xuân này tên Tý họ Canh sinh quán tại Vũ Hán – Trung Quốc vóc dáng mỹ miều khả ái, lại thêm lắm tiền–

nhiều của, được bố mẹ cưng chiều cho đi du lịch khắp nơi nơi, tấm thân liễu yếu đào tơ, ỏn ẹo tâm hồn mơ say cảnh đẹp xứ thiên đàng hạ giới (Hoa Kỳ). Hết phép rồi mà chẳng chịu về quê không may gặp phải cơn bệnh nan y, khi bác sĩ phát hiện ra là ả ta đã bị nhiễm (Corona virus Wu Han) vội vàng tống lên phi cơ cho về nước ngay. Nhưng hỡi ơi! Hồ sơ bệnh lý của nàng còn lưu lại, ai ai cũng nói bệnh dịch Vũ Hán bắt nguồn từ Ả rất là kinh khủng, "chúng" còn độc hại hơn tất cả các loại vi trùng khác nữa. Bỗng chốc, chỉ trong mấy tuần lễ đầu tháng Ba năm 2020 cả thế giới rung động từ nạn dịch này mà ra...! Năm châu bốn bể không thể chối từ nạn dịch này...! Sự bùng phát lây lan quá sức tưởng tượng, từ kinh tế, chính trị, cho đến học đường đâu đâu nghe đến cũng đều hoảng hốt...!

Có người còn đem cả tử vi tướng số, luận bàn cho Ả Xuân tên Tý họ Canh, nào là thiên can, địa chi và bao gồm cả y học nữa, cũng là đề tài nóng bỏng về dịch "corona virus" này:

"Như là kiến thức cơ bản về thiên can và địa chi sẽ giúp ích rất nhiều cho con người trong việc tìm hiểu về <u>âm dương - ngũ hành</u> và ứng dụng vào cuộc sống thực tiễn. Thiên can Canh là can đứng thứ 7 trong 10 Thiên can, đứng trước Canh là Kỷ và đứng sau nó là Tân. Còn trong ngũ hành, Canh tương ứng với <u>hành Kim</u> và theo thuyết âm dương thì Canh là Dương Kim (+). Cổ nhân xưa có nói:

"Canh Kim đới sát, cương kiện vi tối, đắc thủy nhi thanh, đắc hỏa nhi nhuệ",

Nghĩa là: Canh kim mang sát, tốt nhất nên cứng rắn, gặp Thủy thì trong, gặp Hỏa thì sắc.

Canh Kim gặp Nhâm Thủy sẽ trở nên đặc biệt thanh tú, phụ nữ sẽ có sức quyến rũ đặc biệt.

Canh Kim gặp Đinh hỏa, sẽ được xuất đầu lộ diện, làm nên đại sự, được nhiều người chú ý. Người Canh Kim chỉ cần gặp Đinh Hỏa, chắc chắn sẽ hiển quý phát tài; tài phú sẽ dồi dào vô tận. Đinh hỏa và Canh Kim bên nhau, hai bên đều có lợi." Nhưng "Canh – cô, Mậu – quả" là chuyện khác, (tìm hiểu trong tướng số thì rõ).

Thật tội cho Ả Xuân Canh Tý năm nay không được vui vẻ thuận thảo, như những nàng Xuân năm trước mà còn gặp nhiều nghiệt cảnh oái ăm, cả thế giới lâm vào cảnh đại nạn "corona virus" hay "Covid- 19" thật khiếp đảm vô cùng, quả là Ả Xuân này "hồng nhan họa thủy" Ả đã mang vi trùng sinh học đi khắp nơi nơi, khiến cho mọi người lo lắng, khi phải lao vào vòng xoáy của đại dịch. Đầu tiên là (corona virus, rồi sau tới là Covid -19, nay "TT Donald Trump" thẳng thắn nói rõ rằng nạn dịch này nên trả lại tên cho ả, kết luận đại dịch hoàng hành trong thế giới này...Nói một cách rõ ràng hơn là phải mang tên **"Wuhan, China, in December has killed ..."** mới đúng nghĩa. Thật ra, ai ai cũng muốn an lành trong cuộc sống, chớ có ai muốn khủng hoảng do đại dịch "corona virus" này gây ra đâu!

Giả dụ như chiến tranh thế giới có thể xảy ra hay nạn dịch này, nạn dịch khác, hay thiên tai - hỏa hoạn, sóng thần nổi lên...thì chúng ta phải làm gì đây ??? Nhớ lại năm ngoái nạn cháy rừng ở Úc Châu cũng là đại nạn rồi đó, ai ai cũng quá đổi thương tâm, nhưng nói cho cùng sau đó chỉ có mình tự an ủi lấy mình mà thôi, (bình yên hay không bình yên) cũng như thế! Trước tiên, chúng ta tạm ngưng tất cả mọi hoạt động lại chỉ trong một vài ngày là chúng ta đã khủng hoảng lên rồi. Vậy "an" trong "bất an" là như thế nào?

"Tâm bình thế giới bình" nhưng "tâm" chúng ta vẫn chưa "bình" chỉ trong giây lát, huống hồ chi những chuyện đại sự thế giới sẽ có thể xảy ra sau này, thì quý vị tính sao đây!? Chúng ta đã có biện pháp nào để bảo hộ, hay chống đỡ gì hay chưa ???

Mới chỉ sơ sơ nạn đại dịch toàn cầu "Corona virus" xuất hiện từ một nơi Vũ Hán xa xôi ở mãi tận Trung Quốc rồi lan đi khắp mọi nơi, chúng ta thấy sự khủng hoảng đó như thế nào không? Thời buổi bây giờ khoa học hiện đại, thông tin rất là nhanh. Chúng ta thử nhắm mắt lại cầm trong tay chiếc "cell phone" điện thoại cầm tay, ta cứ tự tưởng tượng đây là trái đất trong lòng bàn tay. Thì việc gì sẽ xảy ra ??? Đơn giản như thế, trong kinh đức Phật đã từng nói: "...sắc tức thị không, không tức thị sắc..." Những ý nghĩa đó trong kinh Bát Nhã mà nhiều Phật Tử đã hiểu còn hiểu nhiều hơn thế nữa, chúng ta tiếp tục tìm hiểu chẳng hạn như: "...vô quái ngại cố, vô hữu khủng bố, viễn ly điên đảo mộng tưởng cứu cánh Niết Bàn..." là gì chúng ta sẽ biết ngay. Bởi vì, cuộc sống thế thái nhân tình – khi đời người là những chuỗi ngày: "Phúc bất trùng lai – Họa vô đơn chí." Nghĩa là:

Trong cuộc sống hàng ngày thì phúc bất trùng lai là điều may mắn ai cũng muốn, ai cũng mong chờ niềm vui may mắn đến với mình. Nhưng cảm giác những điều may mắn đó bao nhiêu cũng chưa đủ nên các cụ thường nói "phúc bất trùng lai" ám chỉ may mắn chỉ đến một lần ít ỏi, cố gắng mà tận dụng đừng có lãng phí bỏ qua. "họa vô đơn chí" thì ngược lại, những xui xẻo kéo dài, liên tục và đến một cách rất bất ngờ. Khiến cho tâm lý chúng ta luôn cảm giác bất an, do vậy, chúng ta nên nhìn cùng một sự việc nhưng lại nhìn theo hướng tiêu cực.

Các cụ xưa thường cảnh cáo chúng ta "họa vô đơn chí" ám chỉ các tai họa sẽ đến cùng nhau nối tiếp hàng loạt. Chúng ta cần phải cẩn thận khi gặp những vẫn đề này. Hãy vững tâm mà làm việc thiện, không nên quá cố chấp cạnh tranh bên ngoài có nhiều biến động. Đã là Phật Tử đi chùa hay học giáo lý thật nhiều, nhưng rồi khi gặp đại nạn, (chẳng hạng như Corona virus) xảy ra thì quý vị phải làm sao đây?

Thứ nhất "Tâm" chúng ta có được bình an hay không?
Thứ nhì chúng ta làm gì...v.v và vv... Chúng ta đã tận mắt chứng kiến những tuần lễ vừa qua, tại các siêu thị, chợ búa từ

Đông sang Tây, thật kinh hoàng - khủng kiếp, vô cùng dòng người chen chúc tranh nhau, mua những mặc hàng dự trữ trong sinh hoạt hằng ngày...tích trữ vật dụng cho nhiều tuần lễ, lỡ khi đại nạn Corona virus kéo dài...Nhưng chúng ta cũng nên nghĩ cho người khác nữa, không nên chứa chấp quá nhiều hàng hóa...lỡ như khi phát hiện ra bản thân mình mang phải dương tính (corona virus) thì những thức ăn ấy có giúp cho mình thoát nạn hay không?

Phật Tử chúng ta hãy tin triết lý nhân sinh, nghĩa là tin sâu vào lời Phật; sẽ không còn nghĩ ác, không còn hành vi bất thiện, dẫu cho sự nghĩ và hành vi ấy không ai nào biết đến. Trong Kinh Hoa Nghiêm, phẩm mười hai có câu:

"Đại hải Long Vương lúc làm mưa/ Có thể phân biệt đếm từng giọt/ Ở trong một niệm biết rõ ràng".

(Hằng ngày ta vẫn giấu những việc xấu - gọi là nghiệp; và khoe khoang việc tốt, những việc liên quan đến từ thiện - gọi là đức. Mới chỉ Đại Hải Long Vương thôi trong một niệm đã đếm được bao giọt mưa trong một trận mưa, huống hồ các Bồ Tát và Phật. Phật trong một niệm biết bao nhiêu lá rụng trong rừng.)

Cũng giống như chúng ta gõ trên bằng phím máy laptop tên một người nào đó nổi tiếng cho vào "google" bấm enter, trong một giây sẽ cho ra hàng triệu kết quả. Cũng như vậy đức Phật thấu hiểu suốt nghiệp quả chúng sinh. Những việc xấu ngay cả mới khởi ý niệm vi tế thôi đã ghi lại *nhân quả ngay*. Còn việc thiện, ta chỉ nên nói ra ở mức độ vừa phải để khơi dậy lòng tốt từ những người, xưa nay chưa biết "mở hầu bao" làm việc hiệp nghĩa.

Nếu họ khởi tâm tốt thì việc làm như thế ta cũng nên tán dương công đức họ ngay. Như những người trong cộng đồng chúng ta nghe qua báo chí, tin tức đăng tải, bước đầu nạn đại dịch xuất phát cũng đã có người phát tâm làm những việc bố thí thức ăn rồi, việc làm "ấy" thật đáng khâm phục. Cho dù họ tuổi trẻ sinh ra lớn lên tại Mỹ mang dòng máu Việt báo chí đã đăng tải tin tức đó, họ đã biết xử sự tốt trong tình thương nhân loại, khi mọi người đang lâm vào nạn dịch. Tuy việc làm nhỏ nhoi nhưng tấm lòng quảng đại, chúng ta cũng nên quý mến họ.

Nói đến giáo lý Phật đà chúng ta cũng nên nhớ lại câu trong kinh Diệu Pháp Liên Hoa: ***"Tam giới vô an du như hỏa trạch"***

(Tam giới đây tỷ như tòa nhà bị hỏa hoạn. Chúng sanh ở trong ba cõi hằng bị thiêu đốt bởi các phiền não, các khổ lụy, cũng như người ta bị đốt trong tòa nhà hỏa hoạn, vì vậy gọi tam giới như hỏa trạch.)

"Diệu Pháp Liên Hoa Kinh, phẩm Thí Dụ: Như thị đẳng chủng chủng chư khổ, chúng sanh một tại kỳ trung, hoan hỷ du hành bất ý giác bất trí, bất kinh bất bố, diệc bất sanh yếm, bất cầu giải thoát! Ư thử Tam giới hỏa trạch, Đông Tây trì ẩn. Tuy tao đại khổ, bất dĩ vi hoạn"

(Chúng sanh chìm đắm trong vô số nạn khổ như vậy, thế mà họ vui vẻ dong chơi, chẳng hay - chẳng biết, chẳng kinh - chẳng sợ, chẳng hề biết chán, chẳng tìm đường thoát ra khỏi! Chỉ ở trong tam giới như cảnh nhà bị hỏa hoạn ấy, họ chạy giỡn bên nầy sang bên kia. Tuy gặp đại khổ, thế mà họ chẳng cho đó là cảnh khổ, vẫn vui chơi như thường, không hề sợ hãi khi lửa cháy đến nơi mà cứ vẫn vui...) (trích Kinh Diệu Pháp Liên Hoa).

Tóm lại, bài viết này chỉ ngắn gọn không dài dòng chỉ khuyên mọi người trong "bất an" mà tâm mình vẫn "bình an". Có nghĩa là đã là Phật Tử không ít thì nhiều ai ai cũng hiểu giáo lý:

"Tâm bình thế giới bình"

Nếu chúng ta không nghĩ cho thấu tình - đạt lý việc gì cũng có duyên và nghiệp cả. Tuy nạn đại dịch (China Virus) xảy ra và chưa đạt đến lệnh "báo động đỏ" tức là thế giới vẫn còn cách tháo gỡ "chúng" ra, chưa đến nỗi bó tay chịu tội. Chúng ta nên bình tĩnh và bình tĩnh. Cố lên và cố lên để vượt qua nạn kiếp này. Đứng trên bình diện khách quan mà nói, một khi thế giới trong cõi ta bà của chúng ta nếu đạt tới mức khoa học văn minh tiến bộ, tột đỉnh rồi. Thì chuyện gì sẽ xảy ra? Có phải chăng lúc đó nước nào cũng có vũ khí nguyên tử và sự tiến bộ ngang ngửa hay là hơn nhau chút đỉnh. Thử nghĩ, có bao giờ họ bình thản vui vẻ hòa đồng với nhau được hay không nhỉ? Hay chỉ vài điểm nhỏ nhoi nào đó "bất đồng" tranh chấp, hơn thua với nhau mà dẫn đến xung đột thì việc gì sẽ xảy ra trên quả đất này?

Chiến tranh ư! Hay là vui vẻ ư ? Bắt tay hòa thuận ư!!! Quý vị nghĩ sao về việc này? Những suy nghĩ thô thiển và đơn giản ai ai cũng hiểu được. Mong sao, quý vị luôn luôn "an tâm" và hiểu tận tình cho thế gian, đừng để lòng (tham, sân, si, mạn, nghi, ác, kiến) lấp áp lên tâm trí của quý vị. Hãy bình tâm và bình tâm để mọi việc thản nhiên trôi qua. Việc gì đến rồi sẽ đến, "nghiệp quả của thế gian khó mà lường được". Gieo nhân ác ắt có ngày gặt quả xấu. Hay là "lưới trời lồng lộng, tuy thưa mà khó thoát..." Chúng ta, nên thận trọng và cố găng giữ gìn sức khỏe và lo cho sức khỏe của mình cũng như người thân, vệ sinh cá nhân cho thật tốt... Tất cả những chỉ dẫn của y tế trên báo chí cũng nhưng truyền thông, chúng ta luôn luôn theo dõi và cập nhật hằng ngày để biết tin tức mà theo dõi, nên nhớ bình tâm để đối đầu với nạn đại dịch "Corona virus" đừng nên chủ quan.

Cầu mong nạn đại dịch sớm chấm dứt để mọi người trở lại cuộc sống an lành. Mong quý Phật Tử một lòng cùng tôi chấp tay thành tâm chí nguyện, nguyện cầu chư Phật, chư Bồ Tát và Đức Bồ Tát Quán Thế Âm Tầm Thinh Cứu Khổ - Cứu Nạn rưới nước cam lồ hóa giải ách nạn "đại dịch corona virus" đồng thì gia hộ cho chúng sanh thoát khỏi nạn dịch thế giới, mong cho bầu trời xanh mát, bình an trở lại với muôn người.

Đại Dịch Thế Giới California, ngày 20/3/2020

Nhuận Hùng

THÀNH PHỐ - (Đìu Hiu)
Dõi Theo - Covid – 19

"Nào thơ, nào rượu dập dìu
Trông trăng tựa gió đìu hiu một mình…"
 (Cao Bá Nhạ)

Hay là:

"…Thành phố nào vừa đi đã mỏi.
Đường quanh co quyện gốc thông già.
Chiều đan tay nghe nắng chan hòa.
Nắng hôn nhẹ làm hồng môi em….!
………………………………………

Thành phố buồn lắm tơ vương / Cơn gió chiều lạnh buốt tâm hồn/ và con đường ngày xưa lá đổ/ Giờ không em sỏi đá u buồn/ Giờ không em hoang vắng phố phường / Tiếng chuông chiều (chùa) chầm chậm thê lương / Tiễn đưa người quên núi đồi - quên cả tình yêu..!" Tác giả: Lam Phương

Đúng vậy, nói đến (Thành Phố Buồn…) quê hương Việt Nam yêu dấu vào những thập niên (60 - 70) chiến tranh xảy ra khốc liệt, tác giả Lam Phương đã diễn tả thật chính xác viết lên dòng nhạc, bất hủ mãi mãi đến ngày nay vẫn còn lưu truyền khắp nơi nơi…! Trong thời chiến chinh, dù xác thân sỏi đá nhưng vẫn u buồn, huống hồ gì là thành phố thân thương, ngay cả tiếng chuông chiều phát ra từ những (ngôi chùa) làng vang lên cũng rất (thê lương) thật ra tiếng chuông chùa, không phải thê lương như thế đâu nhỉ! Nhưng chúng ta là Phật Tử lòng thiết tha nghĩ về, tiếng chuông Đại Hồng Chung vang vọng đến núi thiết vi nơi (u ám) thức tỉnh cho nhân loại và tất cả chúng sanh khi nghe được tiếng chuông này vi diệu âm thanh thánh thoát, siêu phàm vượt thời gian và không gian có thể tiêu tan phiền não, tăng trưởng trí tuệ và phát tâm Bồ đề:

"Văn chung thinh phiền não khinh / Trí tuệ trưởng bồ đề sanh / Ly địa ngục xuất hỏa khanh / Nguyện thành Phật độ chúng sanh.

Tạm dịch: Nghe tiếng chuông, phiền não nhẹ / Trí tuệ lớn, Bồ đề sanh / Thoát địa ngục, vượt hầm lửa / Nguyện thành Phật, độ chúng sanh." Hồi tưởng tiếng (chuông) ngày xưa kèm theo tiếng (trống) cũng là mệnh lệnh (nhà vua) ban ra, giục giã thúc gọi thanh niên lên đường nhập ngũ, bảo vệ non sông…! Trong thời chiến dĩ nhiên ai ai cũng hiểu đều đó cả!

Đúng trước, bối cảnh xã hội bây giờ, từ Âu sang Á, nói chung là cả thế giới lâm vào cảnh "đại dịch" (Corona virus còn gọi là Covid – 19 nay còn lại thêm (Covid -2) nữa đó nhé! Thế thì, chúng ta được biết đại dịch mà còn "biến thể" như thế thì lòng dân như thế nào? Nói đến đại dịch thế giới mới bước vào giai đoạn đầu, mà cũng đã có rất nhiều tin tức trên dư luận truyền thông báo chí cập nhật hằng ngày…Trong một đất nước cường quốc như Hoa Kỳ chẳng hạng, một khi đã lâm vào nạn đại dịch như thế mà dân chúng Mỹ cũng phải hoảng sợ.

Ngay cả T.T Trump, ngày ngày lên trước ống kính truyền thông nói về nạn đại dịch, còn ra sức trấn an dân chúng nữa! Nào là xuống bút phê chuẩn cùng quốc hội, cho xuất ngân quỹ quốc gia, thông báo mọi việc từ nhỏ đến lớn, ông ta rất phấn đấu trong công việc này làm gương cho cả chính giới trong Tòa Nhà Trắng…Từ chánh trị, quân sự, hành chánh, tài chánh, y tế phân chia cho mọi người đầy đủ quyền lợi... Chúng ta, ai ai cũng biết thành phố nào trên đất Mỹ cũng đều như nhau cả, khi lâm vào đại nạn hay chiến tranh đều giống nhau cả. Cho nên gọi là thành phố "buồn" hay nói một cách khác là thành phố "đìu hiu" nhưng còn đỡ hơn nhiều. Nếu giả dụ thành phố nào đó rơi vào chiến tranh có nghĩa "khói lửa" lan tràn, mạng sống không đảm bảo thì chúng ta sẽ cảm nhận ra sao?

Có phải chăng cuộc sống không còn bình an nữa hay không? Một khi, xã hội có những dấu hiệu bất an xảy ra dù là Âu hay Á đi chăng nữa, sự mất mát nhà cửa vật chất thêm vào chết chóc người thân, ai ai cũng phải ngậm ngùi thương tiếc cả! Đã là con người cùng dòng máu đỏ, tuy khác mầu da có khác nhưng nước mắt cùng mặn, dù là năm châu – bốn bể nhưng (tình người vẫn là tình người). Hằng ngày quý bạn! Dán mắt trên màn ảnh tivi, nhìn thấy những cảnh thật xót xa, trong nhà thờ lớn rất uy nghi ở tại phương Tây mà có hàng loạt chiếc quan tài thẳng tấp, ở đó thật mà xúc động vô cùng. Người thì không đến nhà thờ (cầu nguyện) mà chỉ là quan tài lạnh lẽo nằm xếp hàng như thế thì mọi người sẽ nghĩ sao đây ? Còn chùa thì sao? Chúng ta thấy tôn giáo hiện giờ có buồn hay không? Còn tranh chấp nữa hay thôi? Mạng sống con người giờ này chẳng khác nào "chỉ mành treo trước gió" Bản thân ai thì lo cho người nấy. Không cần phải phân biệt (nam, phụ, lão, ấu) vì con vi trùng đại dịch (covid – 19) chúng chẳng chừa riêng cho một ai!!!

Đúng như lời chư Tổ đã dạy:

"Sinh tử đại sự, vô thường tấn tốc"

Nghĩa là (sinh tử việc lớn, vô thường mau chóng) cần giải quyết ngay.

Có nhiều người, lắm lúc cứ nói đạo Phật là "bi quan, yếm thế" lúc nào cũng nói (vô thường) chẳng nói gì khác hơn nhưng có mấy ai biết đâu? Vạn vật diễn tiến theo tuần hoàn của vũ trụ.

Đức Phật Ngài đã nói cách nay hơn 2500 năm vạn vật phải theo chu kỳ "thành- trụ - hoại- diệt". Một khi đến giai đoạn nào đó, hết thời kỳ biến chuyển thì phải nhận lấy sự hoại diệt … Chúng ta có muốn cưỡng cầu cũng không thể nào làm được.

Thử nghĩ, xem thế giới ngày nay trên đà tiến bộ về khoa học kỹ thuật như thế, có nước nào muốn chịu thua, nước nào không? Anh hùng trên trận mạc ai ai cũng muốn, chiếm lấy danh nghĩa "độc tôn" ấy chứ có mấy ai muốn bó tay chịu thua hay không? Chữ có ba chữ "tham- sân – si" mà mấy ai chiến thắng được nó.

"Chiến thắng vạn quân không bằng tự chiến thắng mình, chiến thắng mình chính là chiến công oanh liệt nhất." (Kinh Pháp Cú)

Đức Bổn Sư chúng ta Ngài đã trở thành Bậc Đạo Sư đệ nhất, Ngài đã tự chiến thắng được chính mình.

Suy cho cùng, mọi sự thất bại trên trường đời đều do tự mỗi cá nhân chưa thắng được những thói hư, tật xấu, những ham muốn thấp hèn của bản thân. Con người thường có nhiều thói hư tật xấu đó, cho nên không thể trở thành một Thánh Nhân, vì thế không ai dám mạnh dạn bảo rằng mình là một con người hoàn hảo nhất. Chiến thắng mình không có nghĩa là hủy diệt bản thân như trong trường hợp ta chiến thắng kẻ thù và hủy diệt kẻ thù.

Chiến thắng mình tức là khắc phục những thói hư, tập xấu hằng ngày như: lười biếng, sự giả dối, tham lam, sân giận, hờn ghen ghét, đố ky…Vượt qua được những bi lụy tình cảm si mê, ái tình, dục vọng…Chiến thắng chính mình là chế ngự những ham muốn thấp hèn, là tu sửa bản thân, rèn luyện nhân cách để phát triển những phẩm chất cao đẹp như lòng vị tha, lòng nhân ái, hòa thuận với mọi người, có ý thức trách nhiệm, phát huy hơn nữa những tiềm năng, nội lực tàng ẩn trong mỗi con người…!

Từ đó, làm cho cuộc sống của mỗi con người thăng hoa, phát triển lên đóng góp phần xây dựng xã hội và gia ngày càng vững chãi hơn tốt đẹp hơn.

Nói cho cùng xã hội ngày nay lâm vào nạn (đại dịch) nhưng vẫn còn có lối thở chưa hẳn thúc thủ dẫn đến con đường tuyệt vọng.

Tuy là thành phố vắng vẻ nhưng lệnh "thiết quân lực" hay "giới nghiêm" hiện tại vẫn chưa gắt gao theo lệnh của các nước đưa ra. Đây chỉ là lệnh (Stay Home) "tạm ở nhà" tạm giới hạn đi lại để tránh tình trạng lây lan giữa (người với người). Chúng ta, cũng cần tuân thủ và hợp tác với chính quyền sở tại là điều tốt, những yêu cầu cấp bách chính quyền đưa ra hầu mong bệnh trạng của dân chúng sớm chấm dứt mọi sự lây lan, bởi do số (bệnh nhân) vì nhiễm (corona virus) mà ca dịch (càng ngày lên cao.) So với tuần lễ vừa qua.

Đứng trên bình diện khách quan, đôi khi cũng thật sự thất vọng với "cuộc đời" có nhiều lúc chúng ta cảm thấy mệt mỏi thật sự, vì "**lực bất tòng tâm**" không giúp được gì cho mọi người khi gặp hoạn nạn. Bản thân tôi sẽ quay trở về với những điều đơn giản và cơ bản nhất, cố gắng vượt qua tất cả, nhìn nhận cuộc sống một cách hoàn toàn mới mẻ, không bị ảnh hưởng bởi bất cứ một định kiến nào về giá trị cơ bản. Trong những khoảng khắc bình an, sáng suốt và tách rời ra đó, dường như chẳng có gì là quan trọng cả. Chỉ có vài sự thật quan trọng hiện lên rõ ràng là "**vô thường, vô ngã**", tham ái, chấp thủ, khao khát mong cầu, "**khổ**" là nỗi đau thể chất đến tinh thần. Riêng về "**tâm tham**" "**tâm sân**" "**tâm si**". Ai ai, cũng biết được mà không bao giờ thoát ra được.

Dù là kẻ "ấy" đã xuất thế gian rồi nhưng vẫn còn vướng mắc huống hồ là bao nhiêu kẻ khác. Nói rất là "dễ" như làm không dễ chút nào. Bởi vậy, thế giới hiện giờ đòi hỏi hai chữ "**bình an**" trong lúc (**đại dịch**) nổi lên lại càng khó hơn, lên cả trên trời. Bạn cứ nghĩ đi "**tâm**" của bạn đã "**an chưa?**" mà đòi thế giới này "**an**" . Ra đường thấy phố sá "**buồn tênh**" lòng bạn nghĩ sao??? Ước gì cuộc sống "**xôn xao**" như trước trở lại...!

Bạn có thấy không? Một khi đã có chuyện "chẳng may" xảy ra thì "tâm" bạn có được (**bình yên hay tán loạn**) Sự xào xáo đó do đâu mà ra? Chẳng ai, trả lời được cả! Thật ra, mà nói:

"Đại dịch không ai muốn "nó" xảy ra!". Nhưng chúng ta không quán sát (bình tâm) lại chính mình. Mà cứ đổ xô ra đường mua sắm cho thật nhiều thức ăn và vật cần dùng, khiến cho người chung quanh ta xao động. Nếu chẳng may lâm vào (dương tính) thời gian sống còn rất ngắn hạn, thì bạn xử sự ra sao đây?

Con người bị cuộc sống chi phối và phân tán quá nhiều..." Có lắm lúc, con người phải chịu nhiều đau khổ đến như thế, chỉ để đóng một vai tuồng trong kịch bản nào đó? Có đúng phải không các bạn? Bạn phải biết:

Nếu bạn, nói thật ra hết những gì bạn nghĩ, thì kết cuộc phải gặp nhiều rắc rối. "Sống trung thực - thẳng thắn không phải là dễ chút nào" Sống giả dối lừa đảo mọi người thì chẳng ai muốn làm việc ấy cả. Nhưng mà bạn sống thật lòng, dù là bạn trắng tay hay tay trắng cũng thế thôi...Khuyên bạn luôn luôn học cách im lặng và kiên nhẫn là tốt nhất...!

Trong cái thế giới "**đại dịch**" đảo điên này, dù rằng siêu thanh, siêu hình, tối tân, chi phối và phù phiếm đến đâu đi nữa! Có còn hy vọng nào để con người trở nên tỉnh táo được không nhỉ? Bình an hay an bình trước bối cảnh mọi người đang "bấn loạn" thì "tâm" ta nên "an" hay là "bất an". Nếu bạn hiểu cho thấu tình đạt lý.

Chiến tranh chưa xảy ra mà tâm bạn đã "**tán loạn**" thì chuyện gì sẽ xảy ra? Theo binh pháp, ngày xưa chúng ta nghiền ngẫm: "Việc gì quan trọng nhất, khi giặc bao vây thành? " Ngày nay thì khác, chúng ta đang sống trong một đại "cường quốc" dù giặc có vây bủa khắp nơi, nhưng lương thực ở đây vẫn dư giả cung cấp cho dân chúng, không ai bị thiếu ăn cả!

Nói một cách khác "kẻ thù" chúng ta là vi trùng, "corona virus…" chúng không hình dáng mà chúng ta sợ như thế, hỗn loạn lên như thế thì ai là kẻ chết trước? Trong trận dịch nào xảy ra cũng phải có tổn thất sinh mạng, nhiều hay ít mà thôi. Cuối cùng "tâm" ta vững thì mọi việc từ từ sẽ có lối thoát.

Cổ nhân đã nói: "Cùng tắc biến – biến tắc thông" đó là định luật sống còn.

Đức Phật cũng đã từng nói: "Ta có thể thấy người thân thể không bệnh tật trong một ngày, hai ngày, ba ngày… một năm, hai năm…Nhưng nếu có người nói rằng tâm người đó không có bệnh, dù là trong một khoảng khắc ngắn ngủi, kẻ đó không thể là "ai" khác chính hắn là kẻ (vô tâm) (phiền não là tâm bệnh). Vậy bạn là "ai?" Khi đứng trước hàng loạt người do "đại dịch" gây ra mà phải nằm xuống ???

Tóm lại bài viết này tôi chỉ muốn nói lên. Bạn hãy giúp mọi người trong cơn nguy khốn, bằng đủ cách thức và khả năng mình có thể làm được giúp một tay với chính quyền sở tại, giúp cũng là giúp, như giọt nước nhỏ giọt trong chiếc ly khi cần dùng đến, có như thế mới thật đúng nghĩa:

Tục ngữ có câu: "Nhiễu điều phủ lấy giá gương, người trong một nước phải thương nhau cùng"

Hay là hãy giúp mọi người chung quanh ta nhưng tự mình giúp chính mình trước cái đã, (bản thân, vợ - chồng – con cái- thân nhân- gần gũi nhất- vệ sinh cá nhân nhắc nhở nhau làm đúng nguyên tắc, khoảng cách – rửa tay – ăn uống.v.v…)

Điều quan trọng nhất ở đây là sống phải có Trí Tuệ luôn luôn **"an tâm"** trước mọi tình huống xảy ra, dù phải mất mạng chúng ta cũng phải giữ "tâm" cho thật "bình an" có như thế mới đủ can đảm lao vào **"trận đại dịch"** để giúp người… bằng không thì bỏ mạng trước khi (**corona virus**) đến viếng thăm bạn!!!

Điều quan trọng nhất là tấm lòng chân thành và lòng nhiệt tâm, sống mạnh mẽ và cố gắng và cố gắng lên để đạt tới những hiểu biết sâu sắc về bản chất đích thực của chính bản thân mình. Giúp đỡ người là việc làm có ý nghĩa là điều cần thiết hãy "vì mọi người mà làm việc tốt, đừng vì cá nhân ích kỷ" Bạn làm được thế mọi người rất trân quý tấm lòng bao dung quảng đại của bạn. Tất cả hãy vì cuộc sống của mọi người. Cố lên!!! Cố lên….!!! Dẹp tan (**Corona virus**) chiến thắng bằng ý chí!!! Hỡi các bạn trẻ ơi!!!

Một lần nữa, tôi mong cầu quý vị cùng tôi chắp tay lên nguyện cầu Chư Phật, Chư Bồ Tát cùng Đức Quán Thế Âm Mẹ Hiền mở rộng lượng hải hà rưới nước cam lồ, cứu khổ cứu nạn chúng sinh trên thế giới này đang gặp cơn ách nạn "đại dịch" sớm bình an trở lại cuộc sống an lành như xưa.

Thành tâm đảnh lễ mười phương Chư Phật thùy từ gia hộ cho thế giới an lành, dân quần yên ổn trong cõi Ta bà này.

Ngày đại dịch hoàn cầu
California ngày 27 /3/ 2020

Nhuận Hùng

THIỆN - ÁC & ĐẠI DỊCH
(COVID – 19)

Trong cuộc sống tấp nập hằng ngày, mọi người ai ai cũng lao vào vòng xoáy mưu sinh, kẻ lo cơm áo, gạo tiền, người mải lo toan công danh phú quý, hàng đầu thiên hạ. Nói tóm lại trên thương trường ngày càng bon chen, chẳng khác nào bãi chiến trường tuy không đổ máu, nhưng thực tế đi sâu vào ngọn ngành - ngõ ngách chúng ta sẽ thấy ngay. Nếu một ai đó bình tâm – tĩnh trí mà quán chiếu cuộc sống thời đại bây giờ thì sẽ thấy "chúng ngay" không ngoài những chiêu bài hoặc chiêu thức lừa lọc lẫn nhau, có khác nào (tham sân si, mạn, nghi, ác kiến) giống như họ đang diễn kịch hoặc hát tuồng trên sân khấu "thiện - ác" còn rõ hơn ban ngày…!

Đúng thế, chỉ trong thời gian ngắn ngủi vừa qua, khoảng đầu tháng hai năm 2020 toàn thế giới, việc gì xảy ra mọi người đều biết rõ. Đó có phải là nạn đại dịch "corona virus" hay không? Phát xuất từ Vũ Hán tỉnh thành của Trung Quốc hay không? Ngay thời điểm cuối tháng 12 năm 2019 đã lan truyền đi rồi. Nói đi – nói lại đại dịch là mang mầm bệnh lây tràn đến với mọi người, truyền từ người sang người. Bệnh lao phổi cấp cao này rất nguy hiểm, chúng không phân biệt tầng lớp nào cả (nam- phụ- lão- ấu…) "chúng" đều cướp mạng cả. Thật kinh khủng- ghê gớm, "con siêu vi khuẩn" này chúng bắt nguồn từ đâu ? Sau lưng nó có còn "ẩn tàng" gì hay không? Và mục đích như thế nào chúng ta hoàn toàn chưa biết rõ và cũng chưa tìm ra căn nguyên được! Như vậy thế giới này ngày càng "bất an" hay là "an lành." Thử nghĩ lại ngược dòng thời gian về trước, trên thế giới có không biết bao nhiêu là thiên tai, hạn hán, cháy rừng, dịch bệnh, chiến tranh, còn nữa những chất khí thải từ các nhà máy hóa học, hóa chất lò nguyên tử rò rỉ v.v… Không biết bao nhiêu việc khác mà chúng ta không thể liệt kê ra hết được.

Bỗng chốc mọi thành phố diễm lệ trên trái đất này trở nên vắng vẻ im thiêm thiếp như đã "ngủ quên" khiến cho thế giới rơi vào vòng xoáy "khủng hoảng" do đại dịch mà ra. Nên các cấp chính quyền sở tại hợp tác cùng sở y tế cùng các y khoa chuyên môn truy tìm và chế ra "vaccin" ngăn ngừa dịch bệnh. Trận này là tuyến đầu "bác sĩ, y sĩ, y tá các người phụ trách về y tế" ra quân thật hào hùng, với tinh thần "lương y như từ mẫu" đáng được mọi người vinh danh và khâm phục "vì trách nhiệm lương y phục vụ bệnh nhân quên cả thân mình" xứng đáng trong ngành y.

Theo thiển ý của tôi cuộc chiến kỳ này có vẻ khác thường mọi khi, vì đi ngược lại…! Chính vì thế, không riêng tôi mà còn có nhiều người cũng nhìn nhận ra thế trận. Bởi vậy, sau cuộc đại dịch này là việc gì sẽ xảy ra? Đơn giản, quá lòng người bây giờ không còn như xưa nữa, khi thế giới phát triển ra nhiều loại vũ khí tối tân. Sự tiến bộ về mặt khoa học, kỹ thuật cao thì đạo đức đi xuống, lòng tham đắm dục vọng con người cũng sẽ biến đổi hẳn. Vậy thử, nghĩ xem! Con người cũng không sao tránh khỏi những hậu hoạn do "đại dịch corona virus" này gây ra, cổ nhân xưa nhắc nhở rằng:

"Hành tàng hư thực tự gia tri
Họa phúc nhân do cánh vấn thùy?
Thiện ác đáo đầu chung hữu báo
Chỉ tranh lai tảo dữ lai trì!"

Nghĩa: (Tâm hành hư thực tự mình, biết phước họa do mình chớ hỏi ai, thiện ác rốt cùng đều có báo, chỉ còn đến chậm hoặc cùng mau.) (Minh Tâm Bảo Giám)

Thiết tưởng, một khi con người "tâm tánh" không còn phân biệt tốt xấu, hơn thua, đâu là tình người, đâu là dục vọng tham đắm…Ai lãnh đạo trên trần gian này "cũng thế" nếu là vị "minh quân" luôn luôn có lòng thương dân, lo cho đất nước "có" được mấy ai? Bằng như ngược lại thì hậu quả sẽ ra sao? Bạn có nghĩ đến điều đó hay không? Giả dụ đơn thuần nhất hiện nay các cường quốc trên thế giới gồm năm châu, bốn bể vậy năm châu "ấy" mỗi châu, mỗi nước lớn đều có vũ khí tối tân như nguyên tử và vũ khí sinh học.

Họ có vui vẻ mãi mãi hòa thuận với nhau không??? Trên thương trường gồm bao nhiêu mặt hàng giao lưu với nhau, rất nhiều xung đột mâu thuẩn xảy ra hằng ngày từ: chính trị, kinh tế, xã hội, ngân hàng, hãng xưởng v.v…Chỉ bấy nhiêu đó chúng ta đã có bài toán ngay, còn lý giải thì từ từ sẽ hiểu…! Do vậy, đời sống rất là bấp bênh, sau cơn dịch này sẽ có những màn kịch khác như: bão lụt, thiên tai, động đất chờ sẵn…chúng ta hãy đợi đó mà xem? Tôi tạm mượn bài thơ này san sẻ cùng quý vị:

"Thiên thính tuyệt vô âm,
thương thương hà xứ tầm,
phi cao diệc phi viễn,
đô chỉ tại nhân tâm.

Nhân tâm sinh nhất niệm, thiên địa tận giai tri.
Thiện ác nhược vô báo, càn khôn tất hữu tư".

Nghĩa là: (Trời nghe được cả lúc con người không lên tiếng. Xanh xanh biết tìm nơi đâu, không cao cũng không xa – đều chỉ ở lòng người.

Nhân tâm sinh một niệm, Trời Đất đều sáng tỏ. Thiện ác nếu không báo, vậy là trời đất có tư tâm?)
Tác giả của dự ngôn "Mai Hoa Thi" Thiệu Ung tiên sinh.

Thơ rằng:
Trời xanh im tiếng biết đâu tìm?
Chẳng cao xa lắm ở ngay tim
Lòng ta nghĩ chuyện, trời đất biết.
Thiện đền ác báo, hãy mau tin!
   Ca Khúc Mau Tỉnh Lại

Thật ra, sử sách thế giới đã ghi lại những trận dịch thế giới như sau:

"Ở trong quá khứ đã có những trận Đại Dịch làm chết rất nhiều "người" và "sinh vật" địa cầu không còn lưu lại dấu vết.

"Những trận đại dịch thời nào cũng có theo sát dấu chân con người. Dịch Đậu Mùa Antonine vào năm 165 trước Tây lịch đã giết chết 5 triệu người vùng Tiểu Á Hy Lạp, Ai Cập. Dịch hạch Justinian (541-542) đã giết chết 25 triệu người – một nửa số dân châu Âu – thời bấy giờ. Dịch Hạch Đen Black Death (1346 - 1353) đã giết chết trong khoảng 75 - 200 triệu người của cả 3 châu Âu, Á, Phi. Gần hơn nữa là Đại Dịch Cúm (Flu Pandemic) từ năm 1918 đến 1920 đã giết chết khoảng 20 - 50 triệu người trong số 500 triệu người bị lây nhiễm."

Thời cận đại, Dịch HIV/AID (cao điểm 2005 - 2012) nay vẫn còn tiếp diễn đã giết chết 36 triệu người.

"Và hiện tại đang tiếp diễn, bắt đầu từ tháng 12 năm 2019, ở tại thành phố Vũ Hán Trung Quốc đã phát khởi trận Đại Dịch Viêm Phối (Covid -19). Dịch đã lan nhanh đến độ khủng khiếp, tỏa ra toàn thế giới, gây tình trạng lây nhiễm và tử vong cho hơn 200 quốc gia và xứ sở toàn cầu. Đây là một loại dịch tể do vi khuẩn hình vương miện Corona hoàn toàn mới lạ đối với nền y khoa trên toàn thế giới."

"Đại dịch "Corona virus" lan ra không có biên giới và không chừa một ai. Từ kẻ nghèo khổ vô gia cư đến hàng quý tộc vua chúa trong cung điện, từ kẻ ăn mày đến hàng nguyên thủ quốc gia, từ anh tay không đến thủy thủ, hoa tiêu hàng không mẫu hạm…đều có người bị lây nhiễm và tử vong. Phản ứng của toàn thể nhân loại hiện nay mới đang ở giai đoạn ẩn núp, trốn chạy, chữa cháy qua hình thức cách ly, phòng ngừa và thử thuốc. Covid - 19 đang ngự trị toàn thế giới. Hơn một nửa thế giới loài người đang trốn chạy, cách ly. Khi những dòng này đang được ghi nhận lúc 12:55 PM ngày 8-4-2020 tại thành phố thủ phủ tiểu bang California là Sacramento thì số liệu mới nhất riêng tại nước Mỹ đã có 434.763 người bị lây nhiễm và 14.768 người tử vong. Toàn thế giới có 1.518.497 người nhiễm bệnh và 88.481 người chết." Đây là những con số phỏng về mùa đại dịch này…!

Thật ra thì những con số ghi về "khoa học kỹ thuật" để có chuyện mà nói chớ trong hệ thống truyền thông "có chi nói nấy" còn ngược lại những hệ thống thông tin bưng bít của nhiều nước, nhiều vùng trên thế giới họ đưa ra con số không mấy khả quan theo lối tuyên truyền "ếm nhẹm" ai chứng nhận cho được chính xác, họ đưa ra chỉ để 'mỵ dân", các thế lực nghịch lại muốn cầm cự cơn "đại dịch" thủ thế mà thôi. Hằng ngày ca bệnh thuyên giảm hay gia tăng cần phải theo dõi cập nhật thì chúng ta mới nắm rõ tình hình" "đại dịch hoàn cầu, "corona virus" hay "covid – 19", "chúng" chưa dừng tại đây và còn tăng lên nữa theo tháng ngày…!

Hằng ngày, ai ai cũng đều theo dõi tin tức trên các băng tầng truyền thông, "youtube"… tuân thủ và làm theo mọi sự hướng dẫn của sở y tế cũng như chính quyền sở tại nhắc nhở, từ vệ sinh, khoảng cách, ăn uống, tiếp xúc ngăn ngừa giao tế gần gũi bạn bè tất cả đầu nhất nhất không ai dám câu nệ. Thế nhưng dịch bệnh không đơn thuần đâu nhé! "chúng nó" sẽ hiện hữu trong không gian, trong không khí… Vì thế chúng ta cần cẩn thận và cẩn thận nhiều hơn thế nữa. Chỉ cầu mong sao "sau cơn mưa trời lại sáng" hoặc là "hết cơn bỉ cực đến hồi thái lai"

Tóm lại, ai ai cũng thế, bài viết này xin được ngừng lại nơi đây, nếu mà phân tích (thiện và ác) thì rất dài dòng hẹn khi khác. Tôi cầu mong mọi người chắp tay lên cầu nguyện cho thế giới an lành, ác ma "corona virus" được gọi "covid-19" sớm tiêu tan theo mây khói trả lại cho bầu trời bình yên, dân chúng an lành, nơi nơi thái bình. Mong lắm thay!!!

Florida ngày 12 – 4 - 2020

Nhuận Hùng

TÌNH NGƯỜI TRONG CƠN "ĐẠI DỊCH" – (Covid-19)

"…Sá chi cuộc đời dâu bể hôm nay
Uống nữa đi dù là rượu độc
Ta sắp cạn bầu cho tiệc hôm nay
Tiệc của người, tiệc của trần ai
Ai mặc kệ, ta buồn người xa xứ
Đừng hỏi ta, những ngày xưa cũ
Qua hết rồi thuở gối đất nằm sương
Ta hận ta làm người buổi nhiễu nhương
Ta hận đời hận khắp muôn phương
Bởi sông, núi là mồ hoang mả lạnh
Có phiền ta đưa bạn đi quanh
Để bạn biết cuộc trần dâu bể
Chỗ này là mồ chôn quá khứ
Nơi kia là thành quách điêu tàn
Bạn đang ngồi chỗ của vạn người quen
Đã chết trận mà mộ bia không còn nữa
Bên kia núi là mặt trời rực đỏ
Cháy một màu, màu máu tháng Tư
     (Nguyễn Thanh Khiết)

Thật vậy, chúng ta là những người Việt ty nạn Cộng Sản, mãi mãi vẫn mang căn cước ty nạn. Một thoáng qua 45 năm rồi!

Mau thế nhỉ! Trong thời gian qua chúng ta đã làm gì? Đạt được những gì và có ai đó đã thất bại hay chưa...? Thương trường bây giờ cũng là chiến trường "nội bất xuất, ngoại bất nhập" cho dù không tan tác, không đổ máu, cũng không sao tránh khỏi cảnh ngăn sông cấm chợ! Chẳng khác nào "bế quan tỏa cảng" Chỉ là "án binh bất động" hay là "Stay home" (ở nhà) mà thôi, nhà ai nấy ở không tự tiện qua lại tụ họp đông đảo. Tránh dịch bệnh lan nhiễm, đâu đâu cũng như thế!

Thời gian qua con cái của quý vị cũng đã thành đạt và sẽ thành đạt trên bước đường học vấn, cuộc sống cũng đã an ổn lắm rồi, nhưng cũng có những lúc khắc khoảng trong lòng...không thể nào diễn đạt được. Ai cũng thế chỉ muốn chôn vùi "chúng" vào tâm khảm mà thôi. Dù vận mệnh thăng trầm quốc gia đi nữa, chúng ta cũng chỉ là hạt bụi trong xa mạc mà thôi...!

Đứng trên bình diện nhân sinh, trình bày về tình người trong cơn "đại dịch" là người Việt xa quê hương, hiện đang tạm dung trên vùng trời Âu "Mỹ Quốc" là đất nước cưu mang chúng ta từ bao năm qua...! Tục ngữ có câu: "ăn quả nhớ kẻ trồng cây." Cổ nhân dạy rằng: "Giúp người trong cơn hoạn nạn" hay là "Trong hoạn nạn mới biết tấm chân tình."

Ngược dòng thời gian, ai ai cũng nhớ chiến tranh miền Nam Việt Nam rất khốc liệt, sau năm 1975 là việc gì đã xảy ra? Quý vị có còn nhớ hay không? Tiếp tục những năm sau đó việc gì tiếp tục xảy ra? Ký ức xưa gợi lại tôi chỉ nhắc một góc cạnh nho nhỏ "vết thương lòng..." mà có không biết bao nhiêu người "ngậm ngùi" mang theo...về bên kia thế giới. Nhưng hôm nay, tôi cũng như quý vị không đào sâu, nỗi đau thương "ấy" mà cả hằng triệu dân miền Nam Việt Nam cũng từ chiến tranh mà ra: (nào là vượt biên, vượt biển, bắt giam, tù tội, giam cầm, cướp nhà, cướp đất, bao nhiêu cảnh chết chóc, mất mác, người thân, nhà tan cửa nát, bệnh tật, cướp biển, làm mồi cho cá, hãm hiếp v.v....) Tất cả những dự kiện đó, luôn luôn là cơn ác mộng mà những ai đã từng trải qua...! Không thể xóa mờ trong tâm khảm được, mỗi khi có biến động "chúng" sẽ khởi lên tâm trí của quý vị. Đó là hiện tượng "tầm ẩn" trong "A lại da thức" chôn kín trong dĩ vãng, nếu ai đó, có học giáo lý Phật đà thì sẽ hiểu ngay. Tôi chỉ là kẻ viết lên và nhắc lại dự kiện lịch sử miền Nam Việt Nam sau tháng 4/1975.

Đúng vậy, 45 năm cũng đã gần nửa thế kỷ rồi. Nhưng nhìn lại, chúng ta cũng thấy chưa "an ổn" cho được. Dù hiện đang sống trên đất nước "mệnh danh" là văn minh tiến bộ, từ y học, kỹ thuật tối tân nhất cho tới các ngành nghề đều đứng đầu thế giới cả, là một nơi chưa bao giờ "bất an" như ngày hôm nay. Chỉ một thời gian ngắn ngủi, kể từ cuối tháng 12 /2019 đến nay là tháng 4/2020. Có không biết bao nhiêu con người đã mất mạng tại nhiều Tiểu Bang trong nước Mỹ....! Nạn dịch "corona virus – covid -19" này do đâu mà ra? Câu hỏi thì dễ nhưng giải đáp thì chưa "ổn" nếu có "ổn" thì thuốc "giải" cứu nạn đại dịch vẫn chưa có nhiều, để cho dân chúng "an tâm" mà tiếp tục sống trong những tháng ngày sắp tới.

Hễ mỗi khi nhắc đến "Tháng Tư " là không ai - không thể quên được, người Việt hải ngoại không sao quên được "Tháng Tư Đen." Bởi vì "đen đủi" ngày "tang tóc" trên quê hương yêu dấu, nên hằng năm ai ai, cũng phải nhớ hoài và nhớ mãi...vận mệnh đất nước chúng ta là "thế đó...!" chẳng còn "nỗi buồn" nào hơn...! Nhưng hôm nay thì khác chúng ta đang ở trên vùng đất Mỹ tạm dung còn gọi là "quê hương thứ hai" đang lâm cơn "Đại nạn dịch bệnh" "corona virus – covid -19) mà chúng ta không thể, không chia sẽ cùng người dân bản xứ này chăng? Chẳng lẽ, chúng ta thấy người hoạn nạn mà làm lơ được không nhỉ ??? Có ai còn nhớ lại những ngày đầu tiên chúng ta là người "ty nạn" ngơ ngáo, đứng trên vùng đất trời Âu - Mỹ này không? Nay đất nước họ gặp nạn, quý vị cũng có chút trách nhiệm xin hãy mở "lòng nhân ái" ra mà đóng góp chút gì gọi là "tình nghĩa" chia sẽ "tình người trong cơn hoạn nạn" có như thế mới xứng đáng là "Việt Tộc" mang dòng máu Lạc Hồng. Còn không thể hiện được cũng chẳng có sao! Khả năng trong tầm tay chúng ta đóng góp một chút gì, nếu được hãy cùng nhau nhắc nhở và nỗ lực lên với tấm lòng hảo tâm chẳng hạn như: (may khẩu trang, hay gom góp những bao tay, y tế nếu ai có dư giả...) gởi đến tặng các bệnh viện gần nhà mình ở, hoặc có thể làm việc gì mà mình làm được giúp cơn đại dịch đều là việc tốt cả.

Chúng ta, ai cũng biết bao nhiêu y tá, bác sĩ, và những người có liên quan khác đã quên mình xả thân vì người khác, không ngần ngại gian nan khó nhọc, chỉ mong có thể mang lại sự sống, sức khỏe, và bình an cho mọi người. Có không biết bao nhiêu người, đã không quản ngại sức khỏe, dành nhiều thời gian quý báu để tiến về phía trước, hòa mình vào tuyến đầu, xung phong ra trận chiến tay không tấc sắt, không áo giáp quyết chống chọi lại với cơn dịch bệnh "corona virus - covid – 19 " "Vi trùng Vũ Hán" Trung Quốc đang dã tâm hoành hành thế cả giới.

Thiết nghĩ, rút ra từ bài học "tâm bình thế giới bình" còn "tâm không bình" thì thế giới ra sao? Hiện tại chúng ta hằng ngày cũng ghi nhận tin tức trên màn ảnh tivi, tất cả các nơi trên thế giới, toàn là cảnh "cửa đóng - then gài" thành quách nguy nga tráng lệ, mà chẳng có bóng dáng ai cả, ngay cả lượng xe đông đảo tấp nập hằng ngày trên đường phố. Bỗng chốc trở nên vắng vẻ, để lại sau lưng một thành phố quá ư "tẻ nhạt". Có buồn hay không hỡi các bạn trẻ! Nơi mà náo nhiệt vui đùa như "phố xá" nhộn nhịp như "chợ búa" hội tụ đông đảo học sinh như "trường học" còn nhiều nơi khác nữa nay cũng "đìu hiu." Thật là có điều gì đó không hay sắp xảy ra, nên chẳng muốn đề cập đến nữa! Nhận xét này chỉ để quý vị định đoạt mà thôi???

Từ những nhận thức trên, chúng ta hiểu về sự thật cuộc sống hiện nay là thế đó, mọi việc đều đình trệ, ngưng lại từ mọi mặt: Chính trị, xã hội, y tế, thương mãi, hãnh xưởng v.v... Đôi khi, những việc làm nho nhỏ "nó" chỉ đơn giản là một lời động viên khi mình đang thất vọng, chỉ cần một ly nước khi đang khát, hay trận mưa lớn trong cơn nắng hạn. Như người ta thường nói "hạnh phúc" là khi "khổ đau" vắng mặt. Giả dụ hạnh phúc của học sinh hôm nay là được yên tâm đến trường, nếu hàng chục ngàn người lâm cơn "đại dịch" vừa thoát khỏi "cái chết" đó cũng là "hạnh phúc." Chúng ta, cũng không quên cầu nguyện hằng ngày, tùy theo tôn giáo mình tín ngưỡng, thành tâm quy hướng ơn trên trời Phật gia hộ cho các nhà y học trên thế giới họ sớm tìm ra được phương thuốc chữa bệnh "corona virus" để mọi người trên cõi đời này có cuộc sống an lành.

Cũng như trong giáo lý Phật đà có câu:

"Vui thay chúng ta sống không bệnh tật giữa ốm đau
Giữa những người bệnh hoạn ta sống không ốm đau."
 (Pháp cú 198)

Chánh niệm giúp ta tiếp xúc được với những điều kiện khổ đau của thế giới và nhận diện những gì chúng ta đang có, đừng quá "khủng hoảng" về dịch bệnh, trận chiến này vẫn còn kéo dài chưa chấm dứt được. Tuy chúng không đổ máu như trên trận mạc mà còn độc hại hơn thế nữa, chúng ta cần phải "an tâm" tuân thủ mọi luật lệ chính quyền sở tại đưa ra. Khoảng cách, rửa tay, vệ sinh, bản thân nhắc nhở người thân, nhất nhất tuân thủ. Có như thế việc lây lan bệnh dịch ngày càng giảm đi. Chúng ta, lúc nào cũng mong **"an toàn - hạnh phúc"** để có đủ sức mạnh thay đổi tình trạng dịch bệnh xảy ra xung quanh ta…!

Nói theo giáo lý Phật đà, chúng ta cầu nguyện Đức Mẹ Hiền Bồ-tát Quán Thế Âm, luôn luôn rưới nước cam lồ thanh lương đến những nơi có nhiều khổ đau và tuyệt vọng. Hạnh phúc chẳng phải là số phận mà là sự lựa chọn. Đúng thế, chúng ta mạnh mẽ và bình tĩnh ứng phó với khủng hoảng. Hãy vững vàng với tâm kiên cố, vô quái ngại. Là ngọn đuốc soi sáng trong đường hầm vô minh tăm tối.

"Hãy tự mình thắp đuốc lên mà đi"
An tâm- tĩnh trí sẽ vượt qua tất cả chướng ngại dịch bệnh.

Tóm lại, **"tình người trong cơn đại dịch"** ai ai cũng hiểu nhưng việc làm dù có khác chăng. Bản thân tôi cảm nhận "có hoạn nạn" mới biết "chân tình" vậy "ai là bạn" "ai là thù." Dù thù hay bạn trong cơn hoạn nạn của đất trời, chúng ta không thể, không tâm phân biệt được, " tôi hơn anh" hay "anh hơn tôi."

Nhưng thử nghĩ, lại đi "đại dịch" này chúng có chừa ai đâu? Đừng cho "mình" là "anh hùng tái thế" một khi "corona virus – covid -19" đến rờ đầu bạn "hỏi" bản lãnh có "to" như thế nào? Dù là lãnh đạo tối cao hay là người dân bình thường hoặc kẻ không nhà chúng cũng chẳng tha cho ai cả **"thần chết"** là thế đó. Vũ khí có thể trừ khử được **"vi trùng đại dịch"** này độc hại hơn bạn tưởng? Vì "chúng" (vi trùng bệnh) là kẻ sống trong không gian, trong không khí, trong hư không, chúng đã có mặt khắp nơi nơi…! Các bạn! Làm sao truy bắt chúng được?

Trong mùa đại dịch, cần phải có tấm lòng **"yêu thương chân thật"** đối đãi với nhau bằng **"tình người với tình người"** hãy khoan dung và rộng lượng, mở rộng tấm lòng ra mà sống. Quý vị nên cẩn thận "nạn dịch..." rất nguy hiểm chúng không chừa một ai cả. Sống ngày nay chưa biết ngày mai sẽ ra sao? Hãy bình tâm thì tốt hơn...! Đại dịch là thế đó!

Xã hội ngày nay đang trong vòng luẩn quẩn, "bệnh dịch" chúng ta hãy cố găng - đoàn kết lại quyết đánh đuổi "vi trùng đại dịch" để có cuộc sống yên lành trở lại. Mong lắm thay!!!

Đại dịch thế giới "corona virus – covid-19"

FL, ngày 16/4/ 2020

Nhuận Hùng

LỖI NGƯỜI & LỖI TA

Thông thường, chúng ta sanh ra trong thế gian này, dù hoàn hảo hay bất hoàn hảo về đời sống...Có nghĩa là từ lúc chào đời bập bẹ...trong vòng tay yêu thương của cha mẹ, theo thời gian năm tháng lớn lên, rời mái trường thân yêu bước vào đường đời. Trải qua chu kỳ dài như thế...! Có ai không ngoảnh mặt nhìn lại dòng đời, chông chênh, gập ghềnh dù là:

"Ngựa bốn chân qua đèo vẫn còn vấp..."

Huống hồ, chúng ta sống trên cõi đời này, ai mà chẳng có lỗi. Nhưng khi có "lỗi" ta tự biết "ăn năn sám hối", nếu không biết thì người khác có thể chỉ vẻ "lỗi lầm" cho ta, từ đó hổ thẹn mà sửa lấy lỗi sai. Làm được như thế mới đúng là người "hướng thiện" đáng kính phục. Biết lỗi mà sửa là người tốt, ai ai cũng có lỗi cả trên đời này không ai hoàn hảo cả, chỉ trừ bậc Thánh Nhân – Bồ Tát. Ngược lại, ai đó luôn luôn

"Vạch lá tìm sâu, soi mói lỗi người..."

Không bao giờ nhìn lại chính bản thân mình, "có lỗi hay không?" Chẳng cần biết, luôn chỉ trích "lỗi" người khác, quý vị nghĩ sao đây?

Vậy trong thế gian này, hiện có rất nhiều chuyện xảy ra thật là phức tạp vô cùng...! Trước mắt chúng ta không thể nào giải quyết được. Dẫu biết rằng, việc ấy hoàn toàn đúng 100 % nhưng theo ta thì đúng ở phương diện này. Còn người kia cho là sai, vì họ đang đứng ở góc độ khác. Bởi thế, sanh ra mâu thuẫn rất nhiều, không khéo dẫn đến tình trạng "**bất tôn luật pháp**" làm cho xã hội rối bời, khiến kẻ ngông cuồng dễ tác quai, tác quái giặc cướp hoành hành dân chúng bất an, đời sống đảo điên.

Nếu chúng ta không vận dụng trí tuệ để thấu tình đạt lý, không chịu dụng tâm suy nghĩ nhiều khía cạnh khác nhau, mà cứ khăng khăng cố chấp lấy những điều mình nói, "là đúng" hơn người khác, đưa ra luận lý bảo thủ thì dĩ nhiên dẫn đến chỗ tranh cãi. (Bất phân thắng bại) thật là việc "buồn cười". Đó có phải là việc "lo bao đồng" hay không? Các bạn ạ!

Theo tôi, được biết thời gian vừa qua sau vụ đại dịch "Corona virus hay gọi là Covid - 19" tiếp theo là vụ "nhóm da màu…" bạo động trên nước Mỹ có rất nhiều Tiểu Bang cũng bị thiệt hại do nhóm người "xấu' gây ra đập phá, hôi của cướp bóc rất nhiều tài sản từ những cửa tiệm buôn bán lớn nhỏ…Chúng ta thấy ngay kẻ xấu luôn luôn thừa cơ hội làm càng, rồi chỉ lỗi cho người khác. Vậy ai là đúng, ai là người sai???

Đứng trên bình diện nhân sinh mà nhìn từ nhiều góc cạnh, chúng ta là những người đã từng sống hơn nửa cuộc đời có người đã bước vào ngưỡng cửa "thất thập cổ lai…", vậy thì đã có quá nhiều kinh nghiệm sống rồi. (Ai đúng – ai sai) đều biết cả, chỉ có tuổi trẻ ăn chưa no lo chưa tới, lao vào như những con "thiêu thân" bị kẻ xấu lợi dụng "tấm lòng non dại của tuổi trẻ" chưa trải qua kinh nghiệm trường đời.

Chỉ nhìn sự kiện xảy ra (…) đơn thuần cho là không công bằng hay thiếu bình đẳng. Tạm gọi là kỳ thị chủng tộc, màu da mà dẫn đến nhiều sự kiện, thật đáng tiếc đã xảy ra trên đất Mỹ trong đó có cả con cháu chúng ta quá hời hợt theo lời lừa phỉnh của kẻ xấu, dùng lòng tốt của thanh thiếu niên làm điều bất lợi cho xã hội, tạo nên hình ảnh không đẹp cho đất đang yên lành. Mà mọi người trên thế giới đều kính phục đất nước này đã có truyền thống "**thượng tôn pháp luật**" mà nay đã bị lung lay. Như vậy, quý vị nghĩ có buồn hay không?

Chúng ta, thử nghĩ lại xem này sự kiện...! "**Black live Matter (BLV)**" là bắt nguồn từ đâu, ai là kẻ đứng sau lưng giựt dây, kết cuộc đi về đâu? Thế lực vô minh (đen tối) tiếp tay cho giặc, chúng luôn rình rập chúng làm nhiều điều bất lương để hại người. Chúng ta, ai ai cũng rõ, sống trên đất Mỹ, nhứt là người Việt tỵ nạn Cộng Sản, chúng ta đều biết hễ mỗi kỳ bầu cử (Tổng Thống) bốn năm một lần, là có không biết bao nhiêu sự tranh luận với nhau. Ngay cả trong gia đình cũng thế giữa cha – mẹ và con cái cũng đã khác lập trường rồi. Chỉ có hai đảng phái để làm cán cân công lý cho toàn nước Mỹ. Chúng ta ai cũng rõ, nếu một đảng trọn quyền, quyết định sanh – sát cho mọi người, thì chẳng khác nào đảng Cộng Sản – độc quyền đảng trị thì còn bầu cử làm chi nữa, ai mà muốn ra tranh cử. Bởi đất nước Hoa Kỳ từ thời lập quốc đến nay họ luôn luôn dùng lá phiếu cạnh tranh để làm việc. Hành Pháp – Lập Pháp và Tư Pháp còn có cả Thượng Viện và Hạ Viện coi như vậy guồng máy làm việc của nước Mỹ rõ ràng- rành mạch như thế ai mà chẳng biết. "Dân giàu thì nước mạnh" Nền dân chủ cần phải rõ ràng dân chúng mới tuân thủ theo.

Chúng ta là người Việt tỵ nạn trên đất Mỹ gần nửa thế kỷ rồi dĩ nhiên ai cũng hiểu điều đó. Gần đây nhiều gia đình người Việt chúng ta cũng phải nhức đầu vì những đứa trẻ chưa hiểu thấu sự đời nên hay chống đối lại bậc phụ huynh làm cho nhiều người cũng rất ư phiền não. Theo tôi nghĩ, quý vị cũng nên nghĩ thoáng một chút để cho tâm hồn thong thả như đọc một bài thơ hay, hay tụng một câu kinh nguyện cầu cho thế giới an lành hoặc giả làm một việc nào đó...Khiến chúng ta, vui vẻ là đủ rồi, còn hơn là luôn luôn cạnh tranh với những điều vô bổ. Chẳng hạn, như ta luôn luôn tìm lỗi người mà không nhìn lại ta.

Trên đời này giữa giàu và nghèo đã khác biệt rồi chưa kể là kẻ trí người ngây ngô, kẻ mạnh người yếu…! Là đều tất nhiên.

Nói đến công bằng trong thế gian này, thì việc đó còn bàn cãi dài dài…! Chúng ta chỉ sống trong tương đối là đủ rồi, còn tuyệt đối thì chưa quyết định được. Xã hội này nếu mà công bằng chính trực không có sự chèn ép hay phũ phàng hoặc là kẻ hở nào đó xuất hiện. Thế gian này là cõi thần tiên rồi, đâu còn chiến tranh nữa.

Không chiến tranh thì các nước đâu cần chế tạo ra đủ loại vũ khí này - vũ khí nọ, cạnh tranh nhau mà thi thố trên không cũng như dưới biển cả. Một khi hỏa pháo hay bom nguyên tử "chúng" nổ tung ra , bầu trời rung chuyển sau đó biết bao nhiêu sanh mạng đã phơi thây nhà cửa – lầu đài dinh thự lần lượt ngã xuống cảnh điêu tàn, thật khủng kiếp vô cùng, cũng bởi chiến tranh mà ra…Nhất là người Việt chúng ta, tại quê nhà những thập niên trước đã ngậm ngùi nuốt lệ đành bỏ nước ra đi cũng vì hai chữ "chiến tranh". Đó các bạn trẻ ạ!

Bây giờ nơi quê người bình yên thái bình mà lại nghe tiếng pháo đạn nổ thì bạn sẽ nghĩ sao đây? Nói ra, thì chuyện rất dài dòng, chúng ta là những Phật Tử không nhiều thì ít cũng có thể hiểu được giáo lý Phật đà mà Đức Phật đã dạy rằng:

"Này các thiện nam - tín nữ Như Lai sẽ giảng giải về mười nền tảng của đức tin chân chánh:

- Một là, chớ vội tin một điều gì, chỉ vì điều đó là truyền thuyết.

- Hai là, chớ vội tin một điều gì, chỉ vì điều đó thuộc về truyền thống.

- Ba là, chớ vội tin một điều gì, chỉ vì điều đó được nhiều người nhắc đến hay tuyên truyền.

- Bốn là, chớ vội tin một điều gì, chỉ vì điều đó được ghi lại trong kinh điển hay sách vở.

- Năm là, chớ vội tin một điều gì, chỉ vì điều đó thuộc lý luận siêu hình.

- Sáu là, chớ vội tin một điều gì, chỉ vì điều đó phù hợp với lập trường của mình.

- Bảy là, chớ vội tin một điều gì, khi mà điều đó được căn cứ trên những dữ kiện hời hợt.

- Tám là, chớ vội tin một điều gì, chỉ vì điều ấy phù hợp với định kiến của mình.

- Chín là, chớ vội tin một điều gì, chỉ vì điều ấy được sức mạnh và quyền uy ủng hộ.

- Mười là, chớ vội tin một điều gì, chỉ vì điều ấy được các nhà truyền giáo hay đạo sư của mình tuyên thuyết".
- (Trong Kinh Tăng Chi Bộ III, HT Thích Minh Châu dịch)

Trong kinh Đức Phật dạy: Cái thấy đúng hay sai của chúng ta thường được lọc qua lăng kính của những điều trên. Chúng ta thu nhặt những dữ kiện, tin tức, văn hóa, truyền thông, báo chí v.v...rồi nhào nặn, tái chế "chúng" qua những lời phán đoán, nhận xét của "riêng" để biến chúng trở thành cái đúng của mình! Cái sai của người. Cho nên nếu không xét kỹ qua những kinh nghiệm cụ thể, chúng ta sẽ dễ dàng bị lừa đảo như câu chuyện dưới đây:

"Có một vị đại tướng (biệt hiệu) "Siêu Quần" nổi tiếng và quân lính của ông ta mệnh danh (bách chiến – bách thắng) đã đánh chiếm một phần lớn của miền Trung Á. Giờ đây quân đội của ông cũng đã mệt mỏi và nhớ nhà. Ông ta muốn họ đánh tiếp để chiếm giữ thành phố lớn, được biết đối phương phòng thủ nghiêm ngặt với số lượng quân lính gấp năm lần số lính của ông ta. Ông biết rằng họ có thể thắng nhưng quân sĩ của ông lại do dự vì mệt mỏi.

Ông biết được tâm lý, đức tin tín ngưỡng của binh lính, bèn dựng ngay lên bàn thờ thiêng trước doanh trại, để cho binh lính cầu xin lời chỉ dạy của thần linh. Trước khi chấm dứt buổi tế lễ, vị đại tướng cầm một đồng tiền vàng lớn và nói rằng: "Ta sẽ gieo một quẻ để xem thần linh dạy bảo như thế nào?"

- Nếu là mặt hình, quân ta sẽ thắng lớn.

Quẻ gieo ra mặt hình, và được khích lệ bởi lời dạy của thần linh, tất cả binh lính gieo quẻ đều hiện ra mặt hình. Bởi thế, binh lính ông tăng thêm sức mạnh, không còn sợ chết dễ dàng tiến chiếm thành phố lân cận. Sau đó một sĩ quan nói với vị đại tướng: Khi thần linh đứng về phe ta, không có gì có thể ngăn cản được..! Vị đại tướng cười lớn đồng tình và cho ông sĩ quan thân cận xem đồng tiền vàng có hai mặt hình giống nhau".

Thế mới biết niềm tin có đôi lúc dễ dàng bị người khác lợi dụng và nếu mình không có kinh nghiệm tự thân thì rất dễ dàng bị lôi kéo. Nếu niềm tin mang lại thành công như câu chuyện trên, chẳng nói gì.

Nhưng nếu thất bại thì mọi người bị lường gạt, như thế dễ dàng sanh tâm nghi ngờ.

Cả hai kết quả đều không mang lại niềm tin chân chánh vì niềm tin chân chánh có được là do Chánh kiến, nương vào từ những trải nghiệm bản thân cụ thể trong cuộc sống. Việc đúng, việc sai "lỗi người & lỗi ta" cũng thế, thật ra chỉ là phiến diện vì tính cách chủ quan nên mình luôn cho ý mình là đúng đắn nhất.

Tóm lại, bài viết nói lên quan điểm của tác giả mà thôi, còn theo nhận định "**lỗi người & lỗi ta**" theo lẽ đời đó chỉ là phiến diện theo kiểu **tà kiến** đó chưa hẳn là **chánh kiến** trong giáo lý Phật đà. Có lẽ chúng ta đã quá rõ thế nào là chánh kiến và thế nào là tà kiến, lợi ích của **chánh kiến ra sao**? Tai hại **tà kiến là như thế nào**?

Nhờ vào trí tuệ đích thực của Chư Phật, Chư Tổ, chứ không phải dựa vào niềm tin mù quáng tạm cho gọi là tự ty, tự đại – tự ngã là sở hữu của ta…cho là đúng theo thiển ý của bản thân mình.

Hơn nữa, đạo Phật vốn là vô ngã, phá chấp, không có tín điều, và tuyệt đối tôn trọng sự thực, do đó, chấp nhận hay không chấp nhận những lời tuyên bố của Đức Phật hoàn toàn thuộc quyền tự do tư tưởng - tín ngưỡng của mỗi chúng ta chứ không phải ai khác. Chính quyền tự do tư tưởng này mới là bản chất đích thực của đạo Từ bi và Trí Tuệ.

FL Ngày July 6, 2020

  Nhuận Hùng

MẸ !!!

"Mẹ là Phật đại nguyện hóa thân
Mẹ là hoa, hoa đẹp tuyệt vời
Mẹ là nước, nước nguồn vô tận
Cuộc đời mẹ chỉ biết hiến dâng

Con chắp tay chiêm ngưỡng ân người
Con nhiếp tâm khánh chúc vạn lời
Hình ảnh mẹ là Phật hằng hữu
Cho cuộc đời con mãi thắm tươi"
(Thanh Trí Cao)

Cứ mỗi độ Vu Lan lại về với chúng ta, đó cũng chính là mùa Báo Hiếu, không biết bao nhiêu người con Phật, từ khắp bốn phương, nhớ tưởng công lao sinh thành, dưỡng dục của cha mẹ. Bởi thế, nhà thơ Thanh Trí Cao tức Cố Hòa Thượng Thích Quảng Thanh cũng không ngoại lệ, thầy đã vượt qua những biên kiến những cố chấp trong ngôn ngữ hẹn hẹp, đóng khung. Tư tưởng thầy vượt ra ngoài vũ trụ đem ngôn ngữ thi ca, tạo dựng lên hình ảnh "Mẹ" là Phật. Nghĩa là chúng ta ai ai cũng biết đó, "Mẹ" là đại nguyện hóa thân, còn có không biết bao nhiêu là văn –thi- thơ - ca nhạc dùng hình ảnh của "Mẹ" diễn tả những gì cao quý nhất trên đời. Riêng tôi đứng trên phương diện nhân sinh quan có thể, phân ra - chia chẻ theo nhận định khách quan. Dĩ nhiên không buộc ai cùng chung ý nghĩ với tôi.

Thưa quý vị!

Ai cũng có "Mẹ" nếu nói về lý, để mà luận bàn, Đức Phật cũng có Mẹ phải không? Mẹ là Hoàng Hậu Ma Gia, vậy thì còn gì để nói. Thêm nữa, về tình "Mẹ" không còn giấy bút nào diễn tả cho hết được. Có người từng ví "Mẹ" như những kỳ quan thế giới, vừa xinh - vừa đẹp, tráng lệ - mỹ miều v.v…! Không sao tả xiết được. Cái đẹp của Mẹ không phải vì vẻ đẹp bề ngoài do gương mặt quý phái, thanh tao, phúc hậu, hiền hòa, mà còn phải đẹp từ thể xác cho đến tinh thần. Cùng với tấm lòng bao dung, bảo bọc, quảng đại, cao cả, muôn vàn. "Mẹ" luôn luôn mở rộng, vòng tay đón nhận những đứa con thân thương, cho dù (chúng) có ra sao chăng? Nên hư, thành bại, tốt xấu, đẹp đẽ hay khuyết tật, hư hỏng, thành danh, hay bất thành danh hoặc là phá làng - phá xóm v.v…Mẹ vẫn luôn luôn bảo bọc những đứa con như thế để khuyên dạy chúng nên người, có lời thơ ghi rằng:

"Lòng Mẹ bao la như biển Thái Bình rạt rào, Tình Mẹ tha thiết như giòng suối hiền ngọt ngào, Lời Mẹ êm ái như đồng lúa chiều rì rào. Tiếng ru bên thềm trăng tà soi bóng Mẹ yêu. Lòng Mẹ thương con như vầng trăng tròn mùa thu. Tình Mẹ yêu mến như làn gió đùa mặt hồ. Lời ru man mác êm như sáo diều dặt dờ. Nắng mưa sớm chiều vui cùng tiếng hát trẻ thơ…" (Lời - Y Vân).

Đúng vậy, lời thơ trên đã phổ thành ca khúc do nhiều ca sĩ thực hiện, những âm điệu du dương, lời lẽ tha thiết in đậm vào tấm lòng của những người con xa xứ. Mỗi độ Vu Lan về các chùa

Việt Nam trên xứ người, thường hay tổ chức văn nghệ, để cùng nhau tưởng nhớ đến công lao Mẹ - Cha sinh thành dưỡng dục.

"Mẹ" là một bầu trời ấm êm, là nơi cho con sưởi ấm là lời khuyên nhủ chí tình, mỗi khi con thất bại trên đường đời. Tìm về với Mẹ hoặc mỗi khi con vấp ngã, Mẹ là người chở che. Hỡi! những bạn trẻ hiện còn có "Mẹ", hãy vui sướng đi, hãy thương yêu và cố gắng dành thời gian viếng thăm "Mẹ" bằng nhiều cách...! Đừng để cho Mẹ buồn phiền, tủi phận mà sống trong cảnh côi cút một mình tại viện dưỡng lão hay nhà riêng gì đó...! Nói cho cùng, các bạn trẻ "còn mẹ" thì hãy nên trân quý. Tình thương ấy mới thật là tình yêu chân thật của Mẹ dành cho con. Những tình yêu thương nam nữ đến với nhau chưa hẳn tồn tại lâu dài được, ban đầu thì khắng khít bên nhau, nhưng về lâu, về dài. Lắm lúc có những chuyện bất như ý xảy ra. Thì mối tình ấy dễ bị rạn nứt ngay, các bạn ạ!

Đừng để đến khi mất "Mẹ" rồi, tâm hồn thiếu thốn lạc lỏng bơ vơ, dù có nhớ nhung luyến tiếc, than thở...Đến lúc đó cũng đã muộn rồi... Mẹ là gì? Ai ai cũng có câu giải thích triệt để, không cần diễn tả...!

Riêng cá nhân tôi, mỗi khi nhắc đến Mẹ, lòng tôi không nói ra nhưng rất khâm phục và quý mến "bà" vô cùng. Ngày hôm nay tôi mặc chiếc áo nâu sòng làm tu sĩ Phật Giáo chỉ lo chuyện tu tập, tên tuổi không sáng ngời hay nhiều bằng cấp đứng trên bực giảng như quý thầy được hưởng nhiều phước duyên. Còn tôi luôn luôn tự hào về người "Mẹ" của tôi, vì bà là Phật Tử thấm nhuần giáo lý Phật đà...Không quản hy sinh tình thương mẫu tử, dành cho con trai của mình. Dẫu biết rằng, khó khăn trước mắt đối với bà rất nhiều, nhất là thời buổi sau năm 1975 tại miền Nam Việt Nam. Thời buổi "gạo châu - củi quế" muôn vàn khó khăn trong đời sống cơ cực hằng ngày. Chính vì thế tôi luôn luôn ghi đậm hình ảnh của "Mẹ" yêu quý trong tâm khảm!

Xin thưa quý vị! Tôi sinh ra trong gia đình công chức cha tôi bị bắt đi "tù" (học tập – cải tạo) đó là từ mỹ miều của Cộng Sản đặt ra. Ai ai cũng hiểu sau năm 1975 miền Nam Việt Nam thất thủ, hàng loạt sĩ quan - quân - nhân - cán chính của chính quyền VNCH hoàn toàn bị bắt vào tù cải tạo, trong đó có cả cha của tôi.

Gia đình tôi vốn sống tại Tây Nguyên mệnh danh Phố Núi thuộc tỉnh Pleiku, ngày nay gọi là tỉnh Gia Lai, thuộc thành phố Pleiku. Kể từ khi tôi sinh ra, lớn lên tại nơi ấy cuộc sống vui vẻ học hành chung cùng bạn bè trang lứa. Nhưng hỡi ơi! Đất nước lâm vào cơn biến loạn, thời cuộc binh đao khói lửa nổi lên khắp nơi nơi. Sau năm 1975 cha tôi vào tù, đất nước tan tác đời sống khó khăn, ai ai cũng bị buộc đi vùng kinh tế mới. Riêng những cán bộ, gia đình họ đương thời nắm vận mạng đất nước thì phải hơn người dân rồi…!

Mẹ tôi kể từ đó cũng như bao nhiêu phụ nữ khác xa chồng, xa cha, xa anh, bị bắt đi tù, nghĩa là (học tập - cải tạo) hoàn cảnh như thế, tất cả phụ nữ ở nhà buộc họ phải lăn lộn với dòng đời, trải qua không biết bao nhiêu nhọc nhằn, bươi chải tìm kế mưu sinh, để lo gia đình mà còn phải nuôi đàn con thơ dại.

Năm 1975 bản thân tôi lúc đó 13 tuổi, còn có bốn đứa em gái nhỏ dại. Cha tôi còn ở trong nhà tù chưa biết ngày về. Năm 15 tuổi cơ duyên đưa đẩy tôi gặp một vị thầy hướng dẫn vào chốn thiền môn, mẹ cùng tôi lên chùa Tỉnh Hội – (Pleiku) gặp Hòa Thượng Trụ Trì làm lễ thế phát xuất gia cho tôi. Sau đó, tôi theo vị thầy về ngôi chùa nhỏ để tu học.

Quý vị, thử nghĩ sao? Tình cảnh, lúc ấy rất khó khăn, nhất cử nhất động. Cán bộ miền Bắc họ không dễ gì tha cho ta đâu? Lúc đó họ đâu có nói gì về "tu với hành" như bây giờ, chỉ biết tôn thờ chủ nghĩa "Tam Vô…" Nếu quý vị nào, còn ở lại miền Nam Việt Nam sau 1975 thì sẽ rõ những chuyện ấy như cơm bữa.

Trong cuộc đời mẹ tôi trải qua rất nhiều khó khăn- nhọc nhằn, cũng như không biết bao nhiêu phụ nữ Miền Nam Việt Nam thời bấy giờ:

"Khoảng thời gian 1978 hoặc 1979 gì đó, lúc ấy là thời kỳ khó khăn nhất trong đời sống thời bấy giờ, sinh kế cơm, áo hằng ngày không thể buôn bán được gì cả, chỉ toàn làm rẫy nương mà sinh sống. Mẹ tôi tay yếu chân mềm cùng đàn con thơ dại, tôi xuất gia vào chùa tu học. Bấy giờ, đói khổ thì phải kiếm sống nhưng ở thành phố đâu có đất mà làm nương rẫy. Cuối cùng phải đi cắt tranh mướn cho người ta mãi tận Pleime, nơi ấy rừng núi giáp ranh biên giới Campuchia, thời bấy giờ núi rừng trùng điệp, bệnh sốt sét hoành hành độc hại nhất vô cùng ở tại đó. Nếu ai đã từng đi lính trước thời 1975 nghe nhắc đến địa danh Pleime, là đủ biết nơi đó như thế nào! Nhưng vì sinh kế mà Mẹ tôi đành xa nhà đi làm thuê kiếm tiền nuôi con. Để lại bốn đứa con thơ dại, đứa nhỏ nhất từ 5 tới 13 tuổi, ở nhà tự sống với nhau. Như vậy, quý vị thử nghĩ, cuộc sống có ảm đạm hay không? Tôi con lớn, đi tu tận phương xa, không giúp được gì gia đình. Mẹ tôi vẫn hy sinh không hề than oán, để tôi yên tâm tu tập ở một nơi cách Pleiku 24 cây số.

Tiếp lại, câu chuyện lúc ấy mẹ tôi đi làm xa được một tuần lễ, thì bà ngoại của tôi ở dưới quê Bình Định mang theo gạo và thức ăn lên cho đám em tôi. Thấy bà ngoại từ quê lên thăm, đám em tôi vô cùng vui mừng ùa lại quanh quẩn bên bà.

Có đứa nhanh nhẩu liền hỏi: "Tại sao, hôm nay bà ngoại rảnh lên phố chơi vậy?"

-Bà không đáp mà hỏi lại: "Mẹ các cháu đi đâu rồi?"

Em tôi trả lời: "Mẹ chúng cháu đi cắt tranh tận Pleime, đã được một tuần…!"

-Bà ngoại tôi hỏi lại: "Các cháu ở nhà với ai, ăn uống ra sao?"

-Bọn nhỏ đáp: "Mẹ cháu mua sẵn gạo và thức ăn tự mà nấu nướng chị em ăn với nhau…"

-Bà hỏi: "Vậy gạo, có nhiều hay ít, đủ ăn hay không ?"

-Bọn nhỏ đáp lại: "Thưa bà, tụi cháu chỉ nấu cháo ăn cầm chừng, chờ ngày mẹ cháu về sẽ tính sau…"

Có đứa lại hỏi tiếp: " Bao giờ bà về lại quê?"

Bà ngoại tôi nói lại: "Đêm qua, bà nằm mơ thấy Dì Lan về báo mộng…"

-Bọn nhỏ có đứa nhanh nhẩu hơn liền hỏi: "Dì Lan nói gì hả bà?"

(Dì Lan là em gái Út của má tôi, đi công tác thanh niên xung phong sau năm 1975 bị bệnh sốt rét "rừng" chết tại công trường…!)

-Bà ngoại tôi nói tiếp: "Dì, chúng bay nói: Chị Hai đi làm xa, bỏ đám nhỏ bơ vơ ở nhà…" Nghe vậy, bà liền mua vé xe lên Pleiku để chăm sóc tụi bay"

-Cả đám trẻ, vui vẻ reo hò, ô! có bà ngoại rồi, không còn lo gì nữa, khỏi sợ đói, sợ khát…!

Thật là đám trẻ hồn nhiên vô cùng..!"

Câu chuyện tạm ngưng nơi đây, sau này tôi có dịp nghe bọn nhỏ kể lại. Thật đáng thương cho người Mẹ yêu kính của tôi! Mẹ tôi vẫn tiếp tục làm lụng mưu sinh để nuôi đàn con thơ dại cho tới ngày cha tôi đi tù về, và sau đó được định cư tại California năm 1991. Theo diện "H.O". Ở Mỹ một thời gian, sau đó cha mẹ tôi đều qua đời cả.

Đúng vậy: "**Mẹ đi rồi nhưng tình vẫn còn đây!!!**"

Nói tóm lại, đề tài viết về "Mẹ" tán dương rất bao la vô cùng - vô tận, không thể giấy bút nào diễn trả cho hết được, mỗi người mỗi hoàn cảnh là mỗi tập sách dày gối đầu gường mỗi khi nói về "Mẹ" của mình. Có phải không các bạn trẻ ạ! Mẹ ơi! Con gọi Mẹ, bằng trái tim đích thực của con mỗi khi nhắc đến "Mẹ!!!"

Hình ảnh Quán Âm Bồ Tát hóa thân thị hiện, tiếng gọi thiêng liêng, tiếng lòng yêu thương ngọt ngào trìu mến, che chở cho đàn con dại dột đang ngụp lặn dưới dòng nước bao la của đại dương, vẫy vùng lặn hụp trong biển tham đắm dục vọng trần gian ngút ngàn, con còn quờ quạng trong đêm tăm tối mịt mù. Mẹ ơi! Con luôn luôn nguyện cầu Quán Âm cứu khổ - cứu nạn, soi đường chỉ lối cho chúng con, Quán Âm tưới tẩm cam lồ dập tắt lửa phiền não trong lòng. Biến đau thương thành năng lực, bi mẫn, thành ngọn đuốc trí tuệ quét sạch màn vô minh tăm tối. Chúng con, cần phải nuôi dưỡng lòng từ bi, với ý chi phấn đấu phải biết yêu thương bảo bọc lẫn nhau, trên con đường tiến tu, hầu mong thoát kiếp luân hồi trong cõi ta bà này. Luôn luôn biết lắng nghe tiếng than, ai oán, tiếng lòng từ tâm cứu khổ muôn loài cầu mong Quán Thế Âm ra tay cứu độ, muôn loài.

Mượn dòng thơ dưới đây chấm dứt bài viết, tôi xin hẹn khi khác sẽ có dịp tâm sự về đề tài "Mẹ" cùng với quý vị:

"Mẹ hiện thân bình minh rực sáng
Bất hạnh nào tưới tẩm yêu thương
Mẹ cảm ứng theo lời khấn nguyện
Mẹ hóa thân ánh mắt trùng dương"
(Thanh Trí Cao)

Hoa Kỳ ngày 20/7/2020

Nhuận Hùng

VỀ TÁC GIẢ

-Đạo hiệu: **Thích Nhuận Hùng**

-Thế danh: Dzung Van Hoang

-Sinh năm: 1962

-Quê quán: Phường Hội Thương – TP. Pleiku, tỉnh Gia Lai –Việt Nam

-**Năm 1977** thế phát xuất gia tại chùa Tỉnh Hội Pleiku do cố Hòa Thượng Thích Giác Ngộ chủ lễ, sau đó tu học với Bổn Sư Thích Trí Đạo chùa Phú Mỹ, Pleiku 12 năm.

-**Năm 1989** thọ Sa Di tại Tổ Đình Long Khánh, Thành Phố Quy Nhơn, tỉnh Bình Định.

-**Năm 1991** (tháng 7) Qua Mỹ định cư tại Orange County theo phụ thân thuộc diện HO, sau đó có cơ duyên đến chùa Bảo Quang, thành phố Garden Grove. Được Hòa Thượng Thích Quảng Thanh nhận làm đệ tử, trực tiếp hướng dẫn tu tập, trên con đường phụng sự đạo pháp.

-**Năm 1991** (tháng 12) thọ giới Tỳ Kheo (Cụ Túc Giới) tại chùa Hương Tích, dưới sự chứng minh của Hòa Thượng Thích Tâm Châu Thượng Thủ Giáo Hội Phật Giáo Việt Nam Trên Thế Giới.

-**Năm 2013** (mùa An Cư) được tấn phong Thượng Tọa bởi Hòa Thượng, Thích Tâm Châu Thượng Thủ GHPGVNTTG tại chùa Bảo Quang.

-Từ năm **1991** đến năm **2017**. Phụ tá Hòa Thượng Thích Quảng Thanh trong công việc kiến tạo và xây dựng chùa Bảo Quang, thực hiện nhiều công tác Trung Tâm Văn Hóa Phật Giáo - Nghệ Thuật và Từ Thiện Xã Hội...!

Ảnh bìa: Tượng Phật Thích Ca (ngồi) ở Núi Bà (Chùa Ông Núi), xã Cát Tiến, huyện Phù Cát, tỉnh Bình Định (tác giả chụp)

www.ingramcontent.com/pod-product-compliance
Lightning Source LLC
Chambersburg PA
CBHW031257160726
47993CB00001B/192